**Chân Thật Nghĩa của
BÁT NHÃ TÂM KINH**

Thanh Tịnh Liên
Thích Nữ Chân Thiền

CHÂN THẬT NGHĨA của BÁT NHÃ TÂM KINH
Thanh Tịnh Liên

Tranh Phụ Bản: Họa Sĩ Lam Thủy
Phụ Bản: Tâm Khai, Lam Thủy, Thúy Vinh

Đánh máy, Trình Bày: Chân Diệu
Điều chỉnh Bản Thảo: Thuy Minh Hồng
Dàn trang bản In: Lê Giang Trân

Ấn Hành:
Thiền Viện Sùng Nghiêm - Sung Nghiem Zen Center
11561 Magnolia St., Garden Grove, CA 92841
Tel: 714-636-0118
Email: sungnghiem@hotmail.com
Web site: thienviensungnghiem.com

Copyright ©: Thiền Viện Sùng Nghiêm 2016

*Mọi trích dịch toàn thể bài viết hay từng đoạn
Xin giữ nguyên chính ý, chính văn và ghi rõ xuất xứ.*

Thanh Tịnh Liên
Thích Nữ Chân Thiền

Chân Thật Nghĩa của
Bát Nhã Tâm Kinh

Thiền Viện Sùng Nghiêm
Sung Nghiem Zen Center
2016

**Sách tác giả
đã ấn hành - xuất bản:**

- Thiền Thơ Không Tên
- Cùng Vầng Trăng Soi *(Tái Bản)*
- Như Lai Tạng
- Những Liên Hệ Đến Cái Chết Cần Biết Rõ
- Tại Sao Không Mở Mắt Vãng Sinh Khi Đang Hiện Sống
- Đóng Cửa Sáu Nẻo Luân Hồi
- Tiếng Chuông Ngân I & II
- Đóng Cửa Sáu Nẻo Luân Hồi *(Tái Bản)*
- Chân Thật Nghĩa của Bát Nhã Tâm Kinh

Kính thư

Kính dâng lên **Hai Vị Thầy Tôn Kính** của con,

Thiền Sư Philip Kapleau và **Thiền Sư Bodhin Kjolhede**,

Với lòng **kính ngưỡng và tri ân sâu sắc nhất,** con xin thành kính cầu thỉnh sự cho phép của quý Thầy để con được sử dụng bản dịch **Kinh Bát Nhã Ba La Mật Đa Tâm Kinh**, các **bài kệ (tụng) đã chọn**, cùng **hai nghi thức — Nghi Thức Xuất Gia (Tóc) và Nghi Thức Hôn Lễ** — trong các ấn phẩm của **Thiền Viện Sùng Nghiêm**.

Các văn bản này sẽ được trình bày với **sự tôn trọng và cẩn trọng tột cùng**, nhằm phụng sự **Chánh Pháp** và hỗ trợ sự **tinh tấn tu học** của cộng đồng chúng con.

Thành tâm đảnh lễ,

Đệ tử chí thành của quý Thầy,

Ona (Bồ Đề Tâm)

Chân Thật Nghĩa của BÁT NHÃ TÂM KINH • Thanh Tịnh Liên

Đôi Lời chân thành của Tác Giả xin gửi đến toàn thể quí Độc Giả, cùng toàn thể quí Hành Giả có duyên với những cuốn sách của Thiền Viện Sùng Nghiêm

Xin thưa,

*T*oàn thể những lý luận dù cho thế nào trong những cuốn sách của Thiền Viện Sùng Nghiêm, đều dựa theo tôn ý của Đức **Phật**, qua các **Kinh Đại Thừa**, để cho toàn thể quí **Hành Giả** cùng trình độ về Giáo Pháp, cũng như quí vị tu hành ở trình độ cao hơn... từ từ đều thậm thâm được, trong những Quốc Độ của "**Thiền**" từ căn bản cho đến ... "**Tích Niêm Hoa Vi Tiếu**" **Trực Chỉ Nhân Tâm** của **Đức Phật**! Có nghĩa là sự hiểu biết, cũng như sự Ngộ Đạo, đương nhiên là phải đi từ từ ... chứ không thể nào như những **Hành Giả** mới Đốn Ngộ! mà đã **Viên Mãn** ngay cho được.

Trong khi Đức Phật dậy rằng

Đốn Ngộ rồi mới Tiệm Tu

Vì lẽ đó, mà không thể nói những vị đã Đốn Ngộ, là đã ở trong **Quốc Độ Viên Mãn** (Full Enlightenment) Chỉ vì toàn thể chúng sinh đã tự mình lật ngược **Phật Tâm** từ vô thủy của mình vốn chính là:

- **Chân Như Niệm** nay thành **Nhất Niệm Vô Minh**
- **Tâm Phật** nay thành Tâm Ma

- **Thân Tâm Bát Nhã** nay thành **Thân/Tâm phàm phu**
- **Thân/Tâm Bát Nhã** nay thành **Thân /Tâm** của cái **Thức Tâm Nhị Biên Tương** Đối: Có/Không; Phải/Trái; Đúng/Sai; Giầu/Nghèo; Sang/Hèn; Sinh/Tử v.v..

Trong khi Chân Thật Nghĩa **Thân/Tâm Bát Nhã** của chúng ta, và của Vũ Trụ muôn loài, muôn vật, từ vô thủy đến nay, **vốn** lúc nào cũng vẫn thế! Cứ như như tự tại! Mà không đẹp/không xấu; không giầu/không nghèo; không sang/không hèn; không tử không sinh; không sống/không chết v.v.. có nghĩa là **Thân/Tâm Bát Nhã** không **liên-** hệ gì đến cái **Thân/Tâm** của **Tâm Thức Vô Minh**! Đúng như vậy, đã là **Thân/Tâm Bát Nhã**, đã là **Thật Tướng Bát Nhã** từ vô thủy đến nay, thì không ai có đủ quyền- năng xen vào! ngay cả Đức **Phật** cũng không thể bắt toàn thể Vũ Trụ muôn loài, muôn vật hiện hữu này phải là những cái vô thường! theo ý mình, để rồi chúng phải luôn luôn ở trong tình trạng:

Sinh, Trụ, Dị, Hoại

Hay **Thành, Trụ, Hoại, Không**

Có biết đâu rằng, các trạng thái:

Sinh, Trụ, Dị, Hoại

Hoặc: **Thành, Trụ, Hoại, Không**

Mà trong **Phật Pháp**, thì đều là sự vận hành của "**Pháp Giới Tính siêu việt Vi Diệu, Nhiệm Mầu**" đang âm thầm, ẩn mật vận hành, không hề ngưng nghỉ, dù chỉ một sát na, để Vũ Trụ Muôn Loài, Muôn Vật luôn luôn tươi mát, sống động!

Bởi đã là **Tính Không**, đã là **Phật Tính**, đã là **Pháp Giới Tính siêu việt** đến như thế! thì có bao giờ mà Vũ Trụ, Vạn Vật lại bị ù lì, bị khô héo cho được! Trái lại, chúng tự động luôn luôn **sinh động, linh** động, tuy vận hành một cách ẩn mật, âm- thầm, mà **siêu Sống** Động! trong từng sát na, để chuyển hóa **Vạn Pháp,** cũng là để chuyển hóa cả chúng ta, cũng như toàn thể **Vũ Trụ, Muôn Loài, Muôn Vật** được luôn luôn **Sống Động**, tươi đẹp, không bao giờ cằn cỗi, ù lì như : Plastic, gỗ, đá!

- Của loài **Hữu Tình** (có máu, có nước mắt, có giây Thần Kinh) thì luôn luôn cứ vận hành như thế, liên tu bất tận không bao giờ ngưng nghỉ, dù chỉ một sát na! Từ dạng:

    Sinh Trụ sang dạng **Dị Hoại**

    Dị Hoại sang dạng **Sinh Trụ**

- Của loài **Vô Tình** (Đất, Nước, Gió, Lửa, Hoa Trái, Cỏ Cây) cũng cứ vận hành như thế, liên tu bất tận không bao giờ ngưng nghỉ, dù chỉ một sát na! từ dạng:

    Thành Trụ sang dạng **Hoại Không**

    Hoại Không sang dạng **Thành Trụ**

Với Thế Gian, thì hầu hết ai cũng bảo đó là sự Vô Thường, đó là sự khổ đau, chết chóc! Trái lại, với **Chân Lý**, tôn ý của Đức **Phật!** tôi xin được nhắc lại ngay ở đầu trang này về câu:

"**Pháp Giới Tính siêu việt Vi Diệu, Nhiệm Mầu**"

đang âm thầm, ẩn mật vận hành không hề ngưng nghỉ, dù chỉ một sát na! đó là:

Buddha Nature is working

để **Vũ Trụ Muôn Loài ... Muôn Vật** luôn luôn sống động, đẹp đẽ, vui tươi! Đồng thời, cũng là vì toàn thể **Vũ**

Trụ, Muôn Loài, Muôn Vật đều là:

Nhất Thiết chúng sinh giai hữu Phật Tính

Mà đã là **Phật Tính!** Thì có bao giờ lại không **Sống Động, Lộng Lẫy, Huy Hoàng, Tươi Đẹp?** không thể nào lại có cái cảnh ù lì như Plastic, như gỗ, như đá!

Nếu vì **Nhất Niệm Vô Minh**, mà chúng ta cứ hiểu ngược lại **Chân Lý Siêu Việt** của Đức **Phật!** thì chẳng qua, đó chỉ là những **Vọng Tưởng** đầy vô minh! đầy Nhị Biên Tương Đối của chúng ta, là những người chưa Giác Ngộ! thì lúc nào cũng cố tình gán ghép này, gán ghép nọ, cho người, cho vật trong Cảnh Giới **Chân Không Diệu Hữu**, cũng là Cảnh Giới **Thật Tướng Bát Nhã Sắc/Không!** Cảnh Giới này lúc nào cũng cứ Tĩnh Lặng Nhiệm Mầu, cứ sống động, vui tươi, cứ Xuất Thế Nhập Thế,

Như Như Tự Tại, Siêu Việt giầu/nghèo, sang/hèn; đúng/sai, phải/trái. Có như thế, tại sao mới được gọi là:

Chân Không Diệu Hữu

Diệu Hữu Chân Không

Chân Không là Diệu Hữu

Diệu Hữu là Chân Không

Chân Không Diệu Hữu là MỘT

Chân Không Diệu Hữu là "ONENESS"

Nói cách khác, thì đó cũng chính là Cảnh Giới của **Thật Tướng Bát Nhã Sắc/Không**

Sắc tức thị Không	**Sắc chẳng rời Không**
Không tức thị Sắc	**Không chẳng rời Sắc**
Sắc chính là Không	**Sắc/Không y MỘT**
Không chính là Sắc	**Sắc/Không "ONENESS"**

Y theo Tôn Ý của Đức **Phật**! có như thế mới được gọi là "Thật Tướng Bát Nhã"

- Nếu chỉ chọn "cái **Không**" là cái Linh Hồn! là cái Tâm Linh! rồi đem cái "Linh Hồn, cái Tâm Linh" ấy về một nơi an lạc nào đó, mà bỏ đi "cái **Sắc**" tức là cái "Thân!" thì hóa ra là chỉ chọn có cái "Tâm!" mà bỏ đi cái "Thân" là sẽ bị ở trong tình trạng:

"Hữu Trí Vô Thân"

- Nếu chỉ chọn cái "**Sắc**" là cái "Thân" vì muốn cái Thân được sống mãi vài trăm năm như các vị tu Tiên, rồi cũng phải chết! Thì hóa ra là chỉ chọn cái "Thân," mà bỏ đi cái "Tâm," là sẽ bị ở trong tình trạng:

"Hữu Thân Vô Trí"

Rất nhiều người hỏi rằng:

"Nếu quả như vậy, thì sau khi chết chúng ta phải đi đâu cơ?"

Xin thưa, Đức Phật cứ nhắc đi, nhắc lại mãi...

- **Phật Pháp có bao giờ rời Thế Gian Pháp đâu!**
  (Vậy thì tại sao chúng ta cứ phải đi kiếm một phương nào an lạc để về?)

- **Nhất thiết chúng sinh giai hữu Phật Tính**
  *(Toàn thể chúng ta, và Vũ Trụ vạn vật đều đã có **Phật***

*Tính tại **Thân/Tâm**, thì phải đi đâu?)*

- **Thiên Thượng, Thiên Hạ duy Ngã Độc Tôn** *(Trên Trời, dưới Đất chỉ có một **Chân Như Phật Tính** mà thôi. Như thế, thì đương nhiên là ai cũng có **Phật Tính**)*

- **Thị Pháp Trụ Pháp Vị, Thế Gian thường trụ Pháp** *(**Thế Gian này đã là thường trụ**! Mỗi chúng ta cũng như Vũ Trụ muôn loài, muôn vật đều là **Phân Thân Phật**! mỗi một vị là một **Pháp**, đều có Ngôi Vị riêng và Bổn Phận riêng)*

MỤC LỤC

Thay Lời Tựa		9

PHẦN I
BÁT NHÃ TÍNH KHÔNG

Kỳ I.	Bát Nhã Tính Không	17
Kỳ II.	Bát Nhã Tính Không	37
Kỳ III.	Bát Nhã Tính Không	49
Kỳ IV.	Bát Nhã Tính Không (Siêu Việt Có)	67
Kỳ V.	Bát Nhã Tính Không (Siêu Việt Không)	85
Kỳ VI.	Bát Nhã Tính Không	99
Kỳ VII.	Bát Nhã Tính Không	139
Kỳ VIII.	Bát Nhã Tính Không	165
Kỳ IX.	Phật Đản Sinh I	203

PHẦN II
8 BÀI GIẢNG THÊM

Bài I -   Chân Thật Nghĩa của các Căn, Trần và Thức
          Trong Kinh Bát Nhã và Kinh Lăng Nghiêm
          với câu "Một Là Tất Cả"   215

Bài II - Chân Thật Nghĩa của Thất Đại
          Đất, Nước, Gió, Lửa, Không, Kiến và Thức
          trong Kinh Bát Nhã và Kinh Lăng Nghiêm
          với câu: "Một Là Tất Cả"   227

Bài III - Chân Thật Nghĩa của Không Kiến và Thức
          Trong Kinh Bát Nhã và Kinh Lăng Nghiêm
          với câu: "Một Là Tất Cả"   235

Bài IV - Phần Bổ Túc và Phần Kết Luận
          của Tứ Khoa Thất Đại   245

Bài V -   Tính Giác Diệu Minh
          Trong Kinh Lăng Nghiêm   257

Bài VI - Tổng Kết về Tính Giác Diệu Minh
          trong Kinh Lăng Nghiêm   267

Bài VII - Tại Sao có Sinh Tử Luân Hồi   281

Bài VIII - Phật Đản Sinh   293

PHỤ LỤC
Khai thị (20)   299
Khại thị (24)   305
Khai Thị (6)   306
Khai Thị (21)   310

Thay Lời Tựa

Mọi Đề Tài đều được chứng minh qua các Kinh Sách của Chư Phật, Chư Tổ sau đây, đồng thời Tác Giả cũng cố gắng tối đa khai triển và diễn Chân Thật Nghĩa của những Kinh Sách có liên hệ tới các bài viết trong khả năng còn hạn hẹp và non nớt, nên rất cần sự chỉ giáo của các bậc Tiền Bối, Thiện Tri Thức và Độc Giả. Kính xin quí Ngài từ bi hướng dẫn cho.

Kinh Bát Nhã
Kinh Kim Cang
Kinh Pháp Hoa
Kinh Lăng Nghiêm
Kinh Lăng Già
Kinh Viên Giác
Kinh Pháp Bảo Đàn
Kinh Duy Ma Cật
Bửu Tạng Luận

> *Thiền Thất Khai Thị Lục*
> *Duy Lực Ngữ Lục*
> *The Three Pillars of Zen*

Chúng con, Thiền Viện Sùng Nghiêm:

Xin tri ân và kính dâng lên Chư Phật Tổ, Chư Bồ Tát, Chư Hiền Thánh Tăng

Xin tri ân và kính dâng lên quí Ân Sư, quí Thiện Tri Thức, quí Thầy, quí Cô từ vô thủy đến nay.

Xin tri ân và kính dâng lên Ông Bà, Cha Mẹ, Cửu Huyền Thất Tổ từ vô thủy đến nay.

Xin tri ân và kính dâng lên tất cả mọi người thân yêu, Vợ Chồng, Chồng Vợ, Người Thương, các Con Cháu, các Nô Bộc, các Quí Vị đã giúp đỡ trong mọi hoàn cảnh, trong mọi môi trường từ vô thủy đến nay.

Xin tri ân và kính dâng lên đôi giòng họ Nội, Ngoại, Anh Chị, Em, Chú, Bác, Cô, Dì từ vô thủy đến nay.

Xin tri ân và kính dâng lên tất cả quí vị Ân Nhân, quí vị Oán Thù và toàn thể các Bạn Bè Đạo và Bạn Bè Đời từ vô thủy đến nay.

Xin tri ân và kính dâng lên Muôn Loài, Muôn Vật, Hữu Tình, Vô Tình, Hữu Hình, Vô Hình cùng toàn Thế Giới và Đại Vũ Trụ từ vô thủy đến nay.

Xin tri ân và kính dâng lên toàn thể quí Anh Hùng, Liệt Sĩ, quí Anh Thư, quí vị Chiến Sĩ Trận Vong (hữu danh và vô danh), quí Oan Hồn, quí vị Quá Vãng vô thừa nhận! Tất cả đều không phân biệt tôn giáo, chủng tộc, nòi giống... từ vô thủy đến nay.

Xin tri ân và kính dâng lên toàn thể quí vị Hộ Pháp Đạo và Đời hiện hữu, đã và đang đóng góp công lao vô bờ từ thô tới tế, từ vật chất đến tinh thần, để hoàn hảo mỹ mãn về mọi mặt cho Thiền Viện như các vị sau đây:

Quí vị chủ nhiệm, chủ bút, ký giả, báo chí, truyền thanh, truyền hình ...

Quí vị nghệ sĩ: nhạc sĩ, thi sĩ, văn sĩ, họa sĩ, điêu khắc gia, ca sĩ, nghệ sĩ ngâm thơ, xướng ngôn viên...

Quí vị nhiếp ảnh gia, đạo diễn, chuyên viên quay phim...

Quí vị chuyên viên về máy móc, và các hệ thống âm thanh, internet, thu thanh, phát thanh, làm CD, DVD cho các chương trình trên hai làn sóng radio, và thu hình cho mọi chương trình trên TV...

Quí vị trong ban copy, ấn loát, đánh computer, và in kinh sách

Quí vị trong ban Thông Dịch

Quí vị trong ban Dịch Thuật

Quí vị trong ban Giảng Huấn, quí thầy, quí cô...

Quí vị trong ban Y Tế: bác sĩ, nha sĩ, dược sĩ, y tá...

Quí vị trong ban Luật Pháp: luật sư, cố vấn luật pháp...

Quí vị trong ban Thuế Vụ...

Quí vị trong ban Ẩm Thực

Quí vị trong ban Vệ Sinh

Quí vị trong ban Giao Thông, chuyên chở...

Quí vị hộ pháp cho Chương Trình Phát Thanh của Thiền Viện

Quí vị hộ pháp về Tịnh Tài, về mọi Vật Dụng hàng ngày v.v...

Quí vị members của Thiền Viện

Chúng con cũng không quên tri ân và kính dâng lên các vị Hữu Hình/Vô Hình, Hữu Tình/Vô Tình đến dự thính, đến thăm viếng hay đến tu học v.v...

Nguyện toàn thể Chúng Sinh đều tu hành nỗ lực, tinh tấn để vượt thoát mọi phiền não sinh tử và thể hiện Cực Lạc Quốc ngay chính Thân Tâm mình tại đời sống hàng ngày của chúng ta.

Thanh Tịnh Liên
Thích Nữ Chân Thiền

PHẦN I
Bát Nhã Tính Không

PHẦN I • Kỳ I • Bát Nhã Tính Không

Phụ Bản: Tâm Khai

Kỳ I
Bát Nhã Tính Không

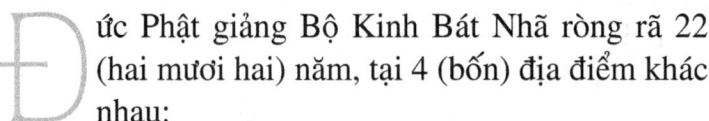ức Phật giảng Bộ Kinh Bát Nhã ròng rã 22 (hai mươi hai) năm, tại 4 (bốn) địa điểm khác nhau:

Núi Linh Thứu, Thành Vương Xá
Tịnh Xá Kỳ Hoàn ở thành Xá Vệ
Cung Trời Tha Hóa Tự Tại
Tịnh Xá Trúc Lâm ở nước Ma Kiệt Đà

Với Pho Kinh Tạng Bát Nhã gồm 4,500,000 chữ (bốn triệu năm trăm ngàn chữ), 25,000 câu (hai mươi lăm ngàn câu), 600 (sáu trăm) quyển.

Mục đích tối thượng của Đức Phật khi giảng **Kinh Bát Nhã** là Ngài muốn khai ngộ Trực Chỉ, tức chỉ thẳng ngay **Phật Tính** của muôn loài, muôn vật chúng sinh. Dù là loài Hữu Tình hay Vô Tình, Hữu Tướng hay Vô Tướng, tất cả đồng đều có Tâm Phật như nhau, nên sự bình đẳng như nhau, giá trị như nhau, nhiệm vụ đều quan trọng như nhau, không ai hơn ai, không có cái gì hơn cái gì cả! Nhưng vì chúng ta quá vô minh bởi tự mình theo vọng tưởng vô căn cứ, rồi tự chính mình lật ngược Tâm Phật thành cái Tâm tiêu cực, tức là Tâm Thức Nhị Biên, chấp Thân Tâm mình là có Thật và toàn Thế Giới, tất cả Vũ Trụ Vạn Vật cũng đều là Thật Có…

Cho đến khi chúng ta thấy toàn thể những thứ ấy cứ hoại dần dần rồi tan rã hết, thì chúng ta với cái Tâm đầy si mê lại chấp rằng: Thân của mình là Thân Hữu Tướng nên phải là Vô Thường thì dĩ nhiên phải chết thật! Cũng như những đối tượng của chúng ta là gia đình, tài sản, và vạn vật quanh mình đều có hình, có tướng thì cũng là những vật vô thường cho nên cũng phải bị tiêu diệt thì cũng đúng quá rồi! Duy chỉ có cái Tâm Thức là Vô Tướng thì không chết, cho nên chúng ta chỉ chú trọng đến cái Tâm, vì vậy chúng ta cố cầu nguyện, cố tu hành sao cho cái Tâm ấy được Chứng Đắc một trong 57 đẳng cấp nào đó, để được về một nơi gọi là Thường Lạc mà hưởng thọ hạnh phúc an nhàn, để không còn bị luẩn quẩn ở Cõi Sa Bà này là một trong Sáu Nẻo Luân Hồi khổ đau!

Với sự suy nghĩ miên man như vậy, chúng ta thường chấp: Nào là thân của chúng ta ở Thế Giới này thì trước sau gì cũng phải chết; nào là tất cả mọi đối tượng cũng đều là tạm bợ! Rồi cát bụi lại sẽ trở về cát bụi mà thôi… Chúng ta cứ lo hết cái này, lại sợ đến cái kia… vì hằng ngày cứ chứng kiến liên miên những đám Tang, chứng kiến rất nhiều gia đình, vợ chồng con cái của họ buồn thảm, khóc lóc, nuối tiếc, than van thì tự nhiên chúng ta lại giật mình mà nghĩ tới bản thân mình, rồi cũng không thể nào thoát khỏi những cảnh tượng hãi hùng đó.

Tất cả những nhận thức lầm lẫn ấy đều là do Vọng Tâm Thức phân biệt, giả dối của chúng ta tự tạo dựng nên. Vì vậy mới có sống, có chết, có đúng, có sai, có phải, có trái; do vậy mà có sinh, có tử và cứ thế mà triền miên mãi, để rồi sự chấp "Thật Có Sống Chết" ấy cũng trở thành sự thật. Vì tự chúng ta chấp thật, nên đương nhiên: "Duy Tâm Sở Hiện" là như thế.

Tất cả chúng ta đều nhận thức rằng vấn đề sinh tử là trọng đại, sinh tử là khổ đau cùng cực. Do vậy, ai ai cũng đều suy tư, nỗ lực tìm kiếm mọi biện pháp để giải quyết vấn đề này hầu thoát ra khỏi vòng sinh tử đau khổ triền miên. Cho đến khi chúng ta hiểu được chân lý của Đức Phật thì vấn đề sinh tử nan giải này bừng sáng con đường giải thoát. Chúng ta đã hiểu được cái Tâm Thức kỳ quái là gì? Tại sao nó cứ âm thầm tính toán mọi thiện ác theo nhân quả để đưa chúng ta quanh quẩn mãi trong vòng bánh xe Luân Hồi Sinh Tử đầy nước mắt và khổ đau. Chúng ta phải làm gì? Theo con đường nào? Phương cách nào để làm ngừng vòng quay bánh xe Luân Hồi này?

May thay! Đức Phật, rất tuyệt vời, đã chỉ thẳng cho chúng ta "phương pháp trực chỉ" thấy biết tận nguồn gốc Trí Tuệ Bát Nhã của chính mình qua bộ *"Kinh Bát Nhã Ba La Mật Đa"* 600 quyển, mà trực tiếp là bài "Bát Nhã Ba La Mật Đa Tâm Kinh" 260 chữ được đọc tụng hằng ngày, để chúng ta không còn mê lầm, lấy cái tâm vọng tưởng đảo điên làm cái trí tuệ của mình, rồi cứ tiếp tục trôi lăn theo vòng quay sinh tử triền miên.

Bát Nhã Tâm Kinh - Phẩm "Tự"

Đức Phật dạy:

Này Xá Lợi Phất:

Các Đại Bồ Tát muốn hết vô minh để Trí Tuệ hiển bày thì phải học và tu theo y chỉ của Bát Nhã Ba La Mật.

Này Xá Lợi Phất:

Các Đại Bồ Tát phải dùng phương pháp *"Chẳng An Trụ mà An Trụ"* trong Bát Nhã Ba La Mật để mà tu.

Này Xá Lợi Phất:

Đại Bồ Tát dùng phương pháp *"Chẳng An Trụ mà An Trụ"* trong Bát Nhã Ba La Mật, vì Bát Nhã là Bất Sinh nên đầy đủ toàn bộ các Pháp Môn từ Tứ Thánh Đế, 37 Phẩm Trợ Đạo, Thập Nhị Nhân Duyên, Bát Chính Đạo, Lục Độ và cuối cùng lại cũng chính là Bát Nhã Ba La Mật (Niêm Hoa Vi Tiếu) ôm trọn toàn bộ các Pháp Môn.

Này Xá Lợi Phất:

Đại Bồ Tát muốn đời đời thân thể giống như Thân Phật đủ 32 tướng Đại Nhân, 80 Vẻ Đẹp, thì phải học Bát Nhã Ba La Mật.

Này Xá Lợi Phất:

Đại Bồ Tát muốn vừa phát ý thì Thân liền đến hằng xa thế giới ở mười phương, tức là vừa phát âm thì tiếng vang đến hằng xa thế giới ở mười phương, thì phải học Bát Nhã Ba La Mật.

Này Xá Lợi Phất:

Đại Bồ Tát muốn Thế Giới của Chư Phật chẳng dứt, chẳng diệt, thì phải học Bát Nhã Ba La Mật.

Này Xá Lợi Phất:

Đại Bồ Tát muốn mỗi lần ngồi Thiền có thể làm cho Thân Thể ở khắp tất cả không gian trong Đại Thiên Thế Giới, thì phải học Bát Nhã Ba La Mật.

Này Xá Lợi Phất:

Đại Bồ Tát muốn làm cho chúng sinh trong hằng xa thế giới ở mười phương đều đủ Giới Hạnh Tam Muội, Trí Tuệ, Giải Thoát, Giải Thoát Tri Kiến, cũng là làm cho chúng sinh đắc quả Tu Đà Hoàn, quả Tư Đà Hàm, quả A Na Hàm, quả A La Hán cho đến vào được Vô Dư Niết Bàn, thì phải học Bát Nhã Ba La Mật.

Này Xá Lợi Phất:

Đại Bồ Tát muốn được công đức của Chư Phật quá khứ, hiện tại và vị lai, thì phải học Bát Nhã Ba La Mật.

Này Xá Lợi Phất:

Đại Bồ Tát muốn đứng trước tất cả các hàng Thanh Văn và Duyên Giác, muốn hầu hạ Chư Phật, muốn làm nội quyến của Chư Phật, muốn được quyến thuộc lớn, muốn được quyến thuộc Bồ Tát, muốn thanh tịnh, được đại phúc báu hiện tiền, thì phải học Bát Nhã Ba La Mật.

Này Xá Lợi Phất:

Muốn được nghe Pháp của Chư Phật ở mười phương tuyên nói, nghe xong nhớ mãi đến khi thành Vô Thượng Bồ Đề vẫn không quên, thì phải học Bát Nhã Ba La Mật.

Này Xá Lợi Phất:

Đại Bồ Tát muốn được Ngũ Nhãn thì phải học Bát Nhã Ba La Mật. *(Ngũ Nhãn là Nhục Nhãn, Thiên Nhãn, Huệ Nhãn, Pháp Nhãn, Phật Nhãn)*

Này Xá Lợi Phất:

Đại Bồ Tát muốn làm cho chúng sinh trong hằng xa thế giới ở mười phương, thì do năng lực thanh tịnh của mình, là tùy theo sự tu hành ở mức độ nào để mà có năng lực hay Phật lực, thì sẽ độ được muôn loài trong ba Ác Đạo đều được làm Thân Người, thì phải học Bát Nhã Ba La Mật.

Này Xá Lợi Phất:

Đại Bồ Tát muốn học oai nghi của Chư

Phật, muốn nhìn ngó như Tượng Vương, thì phải học Bát Nhã Ba La Mật.

Này Xá Lợi Phất:

Đại Bồ Tát muốn lúc thành Phật sẽ dùng vô lượng, vô số Thanh Văn làm Tăng, lúc nói một thời Pháp, tất cả chư Tăng này liền được quả A La Hán, thì phải học Bát Nhã Ba La Mật.

Này Xá Lợi Phất:

Đại Bồ Tát muốn lúc thành Phật, sau khi nhập Niết Bàn mà Chính Pháp không diệt tận, cũng như không có danh từ diệt tận, thì phải học Bát Nhã Ba La Mật.

Này Xá Lợi Phất:

Tất cả các Đại Bồ Tát đều phải Tu như vậy tức là y theo Bát Nhã Ba La Mật, thì mới tiến tới được quả Vô Thượng Chính Đẳng Chính Giác.

Y chỉ Đức Phật đã dạy như vậy, trong việc tu hành, dù chúng ta mong muốn bất cứ điều gì, dẫu cao siêu đến đâu cũng đều phải học Bát Nhã Ba La Mật thì mới được thành tựu như sở nguyện. Vì sao? Vì Bát Nhã Ba La Mật chính là Tâm Phật của chúng ta và của toàn thể vũ trụ vạn vật nên đương nhiên vi diệu, nhiệm mầu, viên mãn năng lực, viên mãn Phật Lực. Do vậy, chúng ta phải hiểu rõ ràng, phải thậm thâm về "Bát Nhã Tính Không" ấy, và chúng ta cũng đừng quên đặc tính của **Bát Nhã Tính Không** là thể hiện "Chân Lý Nhất Như", nên không thể tránh mỗi câu Kinh Bát Nhã đều là Pháp Đối, cứ ra/vào, xuôi/ngược… để làm nhân với nhau mà lại thường lìa được Nhị Biên, nên tự động thể hiện nghĩa Trung Đạo tức là **Phật Tính**. Sự nhắc đi nhắc lại cứ nhiều lần như thế… làm cho một số người nông cạn đã hiểu lầm về sự nhắc đi nhắc lại đó! Và họ bảo rằng: "Tất cả những câu Kinh cứ nhắc đi, nhắc lại như thế, chỉ là cùng một nghĩa như nhau mà thôi, nghe rất là nhàm chán!"

Nhưng xin thưa, quí Ngài hãy thận trọng, chúng ta cần sự kiên trì để đọc kỹ, và suy tư trong từng câu Kinh cứ nhắc suôi, lại nhắc ngược nhiều lần, làm chúng ta tưởng như giống nhau, nhưng sự thật nó lại cũng vẫn khác nhau rất xa về sự sâu sắc của nó.

Vậy:

Thế nào là **Thật Tính Bát Nhã**?

Thế nào là **Tự Tính Bát Nhã**?

Thế nào là **Thật Tướng Bát Nhã**?

Thế Nào là Thật Tính Bát Nhã?

Thật Tính Bát Nhã là: Tính Không, Tính Bất Nhị, Tính Vô Sinh, Tính Ly tự động vi diệu thể hiện Tính Thấy, Tính Nghe, Tính Biết, Tính Ngửi, Tính Nếm Vị, Tính Chạm Xúc. Tất cả Tính ấy chính là **Chân-Tính** của toàn thể chúng sinh; Nó *"vừa vi diệu nên vô tướng và vừa nhiệm mầu nên hiện tướng"*.

Do vậy mà:

Toàn vũ trụ vạn vật, cũng là Toàn Pháp, không rời **Phật Tính**

Phật Tính không rời toàn vũ trụ vạn vật, cũng là không rời **Toàn Pháp**

Thế Nào là Tự Tính Bát Nhã?

Tự Tính Bát Nhã là Tự Tính nhiệm mầu cho nên tự động là Tự Tính Không, Tự Tính Bất Nhị, Tự Tính Vô Sinh, Tự Tính Ly, Tự Tính Thấy, Tự Tính Nghe v.v… đều tự động có diệu dụng Nhận Biết, tự thiên biến vạn hóa … tất cả những Tính ấy chỉ là **Một Tính Bát Nhã**, đó chính là **Phật Tính** của toàn thể chúng sinh. Đã là Phật Tính thì đương nhiên có sự vi diệu! Cho nên: Tự Tính Bát Nhã là Tự Tính Tịnh, Tự Tính Định, Tự Tính Giác, Tự Tính Diệu, Tự Tính Minh, Tự Tính Chiếu Tỏa.

Do vậy mà:

Tự Tính chính là **Chân Không** tự nó hiện hóa **Diệu Hữu** (Diệu Dụng)

Cho nên:

"**Chân Không** bao trùm **Diệu Hữu**"

*(Tức là **Chân Không** bao trùm vũ trụ vạn vật hiện hữu, cũng là vạn Pháp)*

Thế Nào là Thật Tướng Bát Nhã?

Cũng vì "**Chân Không** không hề rời **Diệu Hữu**, **Diệu Hữu** không hề rời **Chân Không**"! Do đó Đức Phật dạy rằng: *"Có như thế mới là Thật Tướng Bát Nhã"*. Mà đã là "Thật Tướng Bát Nhã" thì tự động Vạn Pháp Diệu Hữu đều là Chân Không, Chân Không đều là Vạn Pháp Diệu Hữu!

Vì vậy:

Toàn Không chính là **Toàn Sắc**
Toàn Sắc chính là **Toàn Không**

Toàn Tính chính là **Toàn Tướng**
Toàn Tướng chính là **Toàn Tính**

Toàn Vô Tướng chính là **Toàn Hữu Tướng**
Toàn Hữu Tướng chính là **Toàn Vô Tướng**

Toàn Tâm chính là **Toàn Thân**
Toàn Thân chính là **Toàn Tâm**

Tuy nhiên, chúng ta đừng chấp thật để rồi lại rơi vào cái Tâm Thức tiêu-cực sinh tử! Vì vạn Pháp đều là "Nhất Thiết Duy Tâm Tạo", nên Vạn Pháp là sự hóa hiện nhiệm mầu, tự động vượt ra ngoài cái có/không.

Đấy, **Thật Tính Bát Nhã, Tự Tính Bát Nhã, Thật Tướng Bát Nhã** là chính Thân Tâm của chúng ta, tuyệt siêu đến như thế; vậy mà chúng ta lại quên mất! Nay, nếu muốn hoàn nguyên Phật Tính nguyên thủy của mình để ra ngoài sinh tử thì chúng ta phải hiểu thật chi tiết và hiểu thật tuyệt đối về **Bát Nhã Tính Không**, cũng là **Tự Tính** của chính mình, là:

Tự Tính Không
Tự Tính Bất Nhị
Tự Tính Vô Sinh
Tự Tính Ly
} Phật Tính

Vì **Tự Tính Không** cho nên mới Bất Nhị
Vì **Tự Tính Không** cho nên mới Vô Sinh
Vì **Tự Tính Không** cho nên mới Ly

Vì **Tự Tính Ly** cho nên mới:
    Không dính dáng gì đến Vọng Tâm Thức
    Không dính dáng gì đến Tập Khí thế gian

Vì **Tự Tính Vô Sinh** cho nên mới:
    Bất Sinh Bất Diệt

Vì **Tự Tính Bất Nhị** cho nên mới:
    Sắc bất dị **Không**,
    Không bất dị **Sắc**

    Sắc tức thị **Không**
    Không tức thị **Sắc**

Do vậy mà:
    Phật Pháp không rời **Thế Gian Pháp**

Tức là vạn vạn sắc tướng cũng như muôn loài, muôn vật cùng toàn thể vũ trụ vạn vật, dù vô tình, dù hữu tình, dù vô hình, dù hữu hình, tất cả đều là vạn Pháp đều không rời Tự Tính Bát Nhã. Do đó:

Sắc chẳng thể rời **Không**
Không chẳng thể rời **Sắc**

Sắc bất dị **Không**
Không bất dị **Sắc**

Sắc tức thị **Không**
Không tức thị **Sắc**

Sắc chính là **Không**
Không chính là **Sắc**

Sắc chẳng khác **Không**
Không chẳng khác **Sắc**

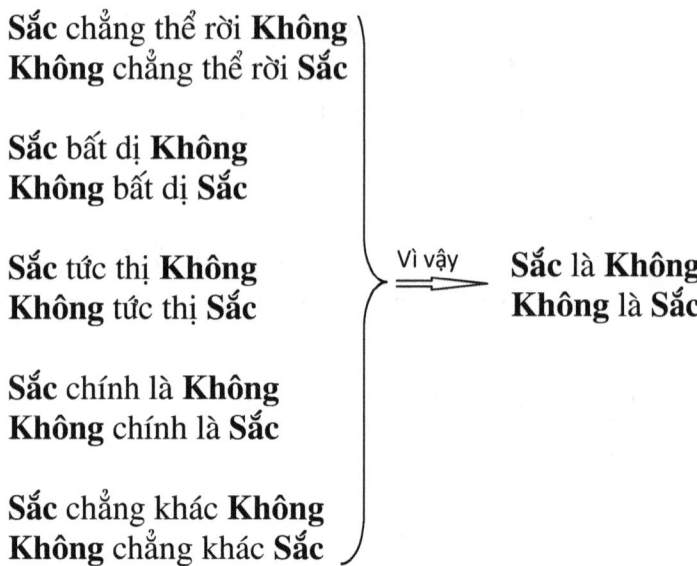

Vì vậy

Sắc là **Không**
Không là **Sắc**

(**Sắc** có nghĩa là tất cả những gì có **hình tướng**. **Không** có nghĩa là Bát Nhã Tính Không, tức là **Phật Tính** của chúng ta và của vũ trụ vạn vật.)

Cũng với nghĩa đó thì:

Tính không rời **Tướng**
Tướng không rời **Tính**

Vì vậy

Tính là **Tướng**
Tướng là **Tính**

Thân không rời **Tâm**
Tâm không rời **Thân**

Vì vậy

Thân là **Tâm**
Tâm là **Thân**

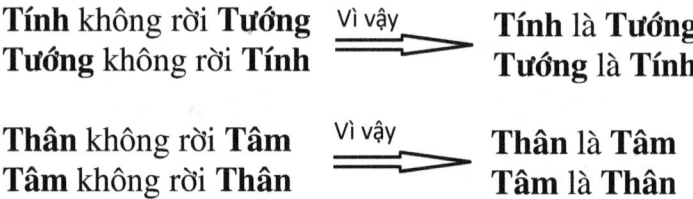

Vô Hình không rời **Hữu Hình**
Hữu Hình không rời **Vô Hình**

Vì vậy

Vô Hình là **Hữu Hình**
Hữu Hình là **Vô Hình**

Vũ trụ vạn vật không rời **Bát Nhã Tính**
Bát Nhã Tính không rời **Vũ trụ vạn vật**

Vì vậy

        Vũ trụ vạn vật là **Bát Nhã Tính**
        Bát Nhã Tính là **Vũ trụ vạn vật**
    Hoa lá cỏ cây, muôn loài, muôn vật
      không rời **Bát Nhã Tính**

      Bát Nhã Tính
không rời **hoa lá cỏ cây, muôn loài, muôn vật**

Nếu chúng ta thâm nhập được diệu nghĩa cốt tủy của **Bát Nhã Tính Không** thì chúng ta chỉ cần y chỉ theo đó mà tu hành, là sẽ thành tựu được ý nguyện giải thoát mọi phiền não khổ đau và Sinh Tử Luân Hồi như Đức Phật đã dạy trong "Phẩm Tự" của **Bát Nhã Tâm Kinh** mà chúng tôi đã trình bày ở những trang trên.

Tóm lại, chúng ta cũng đừng bao giờ quên rằng:

Thân không bao giờ rời **Tâm** thì mới là **Tâm Phật**
Tính không bao giờ rời **Tướng** thì mới là **Phật Tính**

Đồng Tiền phải có hai mặt thì mới là **Đồng Tiền**
Bàn Tay phải có xấp ngửa thì mới là **Bàn Tay**

Nếu chúng ta chỉ quan trọng cái **Tâm** mà bỏ đi cái **Thân** thì sẽ lâm vào tình trạng:

"Có **Trí** mà không có **Thân**", tức là chúng ta ở trong cái **Vô Tướng** mà thiếu cái **Hữu Tướng**, thì chỉ có "**Chân Không**" mà thiếu **Diệu Hữu**", như thế là không hoàn hảo.

Ngược lại, nếu chúng ta chỉ quan trọng cái **Thân**

mà bỏ đi cái **Tâm** thì cũng sẽ lâm vào tình trạng: "Có **Thân** mà không có **Tâm**", tức là chúng ta ở trong cái **Hữu Tướng** mà thiếu cái **Vô Tướng**, thì chỉ có "**Diệu Hữu** mà thiếu **Chân Không**" thì cũng không hoàn hảo.

> *Chú Ý: Đức Phật dạy rằng: "Phải có thân người mới Tu thành Bồ Tát, thành Phật được, ngoài ra bất cứ là thân gì cũng không Tu được như thế", cũng như **Chân Không** là phải có **Diệu Hữu**; ngược lại có **Diệu Hữu** là phải có **Chân Không**.*

Do lẽ đó chúng ta đừng bao giờ hiểu lầm về **Sắc Thân** của chúng ta là vô thường, cũng như cõi Sa Bà là vô thường, để rồi coi thường, coi rẻ, là sẽ đi vào phiền não rất nặng nề! Vì trong Kinh Bát Nhã Đức Phật đã dạy rất rõ về cái **Sắc**, tức là "Sắc Thân" của chúng ta và của muôn loài, muôn vật đang hiện hữu như sau:

Sắc chẳng khác **Vô Sinh**, **Vô Sinh** chẳng khác **Sắc**
Sắc chính là **Vô Sinh**, **Vô Sinh** chính là **Sắc**

Sắc mà không **Bất Nhị** thì không phải là **Sắc**
Tự Tính Bất Nhị nên **Sắc** Bất Nhị

Tự Tính vô sinh nên **Sắc** vô sinh
Tự Tính vô diệt nên **Sắc** vô diệt

Tự Tính là Chân Không nên **Sắc** là Chân Không
Tự Tính là Diệu Hữu nên **Sắc** là Diệu Hữu

Tự Tính là "Bát Nhã Tính Không"
nên **Sắc** là "Bát Nhã Tính Không"

Tự Tính là "Bát Nhã Ba La Mật"
nên **Sắc** là "Bát Nhã Ba La Mật"

Đối với tất cả các **Tướng** cũng đều y nghĩa như với các **Sắc** vừa kể trên:

Tướng mà không **Bất Nhị**
thì không phải là **Tướng**

Tướng mà không **Vô Sinh, Vô Diệt**
thì không phải là **Tướng** v.v…

Bát Nhã Ba La Mật

"Phẩm **Xá Lợi**" Đức Phật dạy:

Phải dùng "Pháp Tướng" để Tu. Chúng ta cung kính, tán dương, cúng dường Pháp này và y chỉ Pháp này mà an trụ.

*(**Pháp Tướng** tức là "Sắc Thân" hiện hữu cũng là muôn loài, muôn vật)*

Bát Nhã Ba La Mật

"Phẩm **Tín Hủy**" Đức Phật dạy:

Sắc chẳng trói, chẳng mở, vì "**Tính** Vô Sở Hữu" chính là **Sắc**.

Sắc hiện tại, cho đến… "Nhất Thiết Chủng Trí" hiện tại, chẳng trói, chẳng mở, vì hiện tại "**Tính** Vô Sở Hữu" chính là **Sắc**.

Sắc thanh tịnh, tức là "Bát Nhã Ba La Mật"

thanh tịnh, cho đến… "Nhất Thiết Chủng Trí" thanh tịnh.

Sắc chẳng thuộc Dục Giới, Sắc Giới, Vô Sắc Giới… chẳng thật là Pháp; chẳng gọi là Quá Khứ; Hiện Tại; Vị Lai; chẳng gọi là Nhị Không cho đến "Vô Pháp/Hữu Pháp Không" cũng như vậy. Tứ Niệm Xứ cho đến… "Nhất Thiết Chủng Trí" cũng như thế.

Để chứng minh Diệu Nghĩa của "Bát Nhã Ba La Mật Đa Tính Không", Tính Bất Nhị, Tính Vô Sinh, Tính Ly đó, không hề rời chúng ta và muôn loài, muôn vật đang hiện hữu ngay đây như mới nói ở trên, thì:

Tại đây chúng ta sẽ thấy Diệu Nghĩa Siêu Việt ấy cũng có ở trong rất nhiều Kinh Điển của Đức Phật, mà chúng tôi chỉ đưa ra một số Kinh sau đây tượng trưng cũng có đồng một Diệu Nghĩa của **Tính Không, Tính Vô Sinh, Tính Bất Nhị** đang thể hiện sự vi diệu, y hệt nghĩa của "Bát Nhã Tính Không" là:

Xuất Thế mà vẫn Nhập Thế

Sau đây là 8 Kinh cũng đồng một Diệu Nghĩa ấy như Bát Nhã Tính Không:

1. Xin được nhắc lại, **Bát Nhã Tâm Kinh**:

"Bát Nhã Ba La Mật Đa hay sinh chư Phật, hay hiển thị Tướng Thế Gian."

(Bát Nhã Ba La Mật Đa Tính luôn luôn hiện hóa nên vạn Pháp ngay *tại Thế Gian* này.)

2. **Kinh Kim Cương** Đức Phật dạy:

"Tất cả vạn Pháp đều là **Phật Pháp**"

*(Tất cả **vũ trụ vạn vật hiện hữu** quanh chúng ta đều là **Phật Pháp**.)*

3. **Kinh Lăng Nghiêm** Đức Phật dạy:

"Tính Giác Diệu Minh" vừa **Diệu** lại vừa **Minh**

Tính Minh: Duyên biết toàn thể vạn vật trong vũ trụ

*(Tính Minh là Tính Sáng Suốt, là Trí Tuệ Bát Nhã và cũng chính là **Bản Thể** của **vũ trụ vạn vật hiện hữu** còn gọi là **vạn hữu** hay là **vạn Pháp**.)*

Tính Diệu: Duyên khởi nên vũ trụ vạn vật

*(**Tính Diệu** tạo dựng nên vũ trụ vạn vật, đồng thời **Tính Diệu** chính là **cái Dụng** của **Tính Giác**.)*

4. **Kinh Pháp Hoa** Đức Phật dạy:

"Thị Pháp Trụ Pháp Vị, Thế Gian Thường Trụ Pháp"

*(Mỗi một Pháp, tức mỗi một loài, mỗi một vật dù Hữu Tình, dù Vô Tình; dù Hữu Hình, dù Vô Hình đều có ngôi vị riêng, nhiệm vụ riêng, cùng đều hữu ích và **cùng đều là Phật Pháp thường trụ tại Thế Gian** này.)*

5. **Kinh Hoa Nghiêm** Đức Phật dạy:

"Nhất Thiết Duy Tâm Tạo"

*(Toàn thể **vũ trụ vạn vật hiện hữu** cũng là vạn Pháp đều do một **Phật Tâm** tạo dựng nên.)*

6. Kinh Duy Ma Cật Trong phẩm
"Nhập Pháp Môn Bất Nhị"

Ngài Bồ Tát Tự Tại nói rằng: Sinh diệt là Nhị, Pháp vốn chẳng sinh, nay cũng chẳng diệt. Đắc "Vô Sinh Pháp Nhẫn" thì gọi là Nhập "Pháp Môn Bất Nhị".

Ngài Bồ Tát Phất Sa nói rằng: Thiện với Bất Thiện là Nhị, nếu chẳng khởi Thiện và Bất Thiện thì vào nơi Vô Tướng, nếu ai thấu đạt lý này là Nhập "Pháp Môn Bất Nhị."

*(Ý nghĩa Bất Nhị của hai Đại Bồ Tát trong Kinh này cũng không khác gì với **Bát Nhã Ba La Mật Đa Tính Không**.)*

7. Pháp Bảo Đàn Kinh

Lục Tổ Huệ Năng sau khi đắc Đạo, Ngài đã sững sờ mà thốt lên rằng:
"Đâu ngờ Tự Tính hay sinh vạn Pháp"

(Nghĩa của câu Kinh này cũng y hệt nghĩa của Kinh Bát Nhã, của Kinh Lăng Nghiêm, của Kinh Hoa Nghiêm, của Kinh Pháp Hoa... ở trên.)

8. The Three Pillars of Zen (Sách **Ba Trụ Thiền**)

Zen Master Philip Kapleau said:
"No matter what, we're all coming back here"

(Thiền sư Philip Kapleau đã dạy rằng: Dù chúng ta là ai chăng nữa, cũng như muôn loài muôn vật đều cùng trở lại đây hết.)

Thật vậy, **Tính Không, Tính Thấy** của chúng ta

đều đang ôm trọn Thế Giới hiện hữu, bao gồm muôn loài, muôn vật, muôn màu, muôn sắc, muôn hương, muôn vị; đầy đủ vạn loài chúng sinh, có cả các vị Thánh, các vị Thần, các vị Bồ Tát và rất nhiều vị Phật; lại cũng có những loài Ma, A Tu La, Ngã Quỉ, Súc Sinh, Địa Ngục, và có cả Niết Bàn, Cực Lạc v.v…

Y theo Diệu Nghĩa trực chỉ của các Kinh thì:

Tất cả sự sự, vật vật đó vẫn là ở nơi đây! Cho nên ai là Thánh, ai là Thần, ai là Bồ Tát, ai là Phật, ai là Ma, ai là Quỉ, ai là Súc Sinh… Tất cả là tùy theo chính chúng ta tự tạo dựng cho mình một Vọng Tâm Thức vô minh, để rồi lại tự chính mình đi vào phiền não khổ đau hay là tự tại thường lạc!

Thật ra từ vô thủy, ai ai cũng đã là Phật, còn vũ trụ vạn vật từ vô thủy đến nay… dù muốn dù không, lúc nào cũng vi diệu, nhiệm mầu, cứ vận hành, diễn tiến không ngừng nghỉ một cách âm thầm ẩn mật… để thể hiện thiên hình vạn trạng là vạn Pháp Sắc/Không Tính/Tướng vô tận nơi đây… trong trạng thái bất biến; đó chính là y chỉ của Bát Nhã Tâm Kinh Đức Phật đã dạy:

*"Toàn thể vạn Pháp không tương tục mới là **không diệt, không mất**"*

Do lẽ đó, chúng ta không thể nào chấp vạn Pháp (tức vạn hữu, vũ trụ vạn vật) trước mắt là **Thật Có** hay **Thật Không**, để rồi dính mắc mà phiền não đau thương; vì tất cả sự sự, vật vật đang hiện hữu đó chỉ là do **Bát Nhã Tính Không** hóa hiện, tạo dựng nên. Do vậy, vạn Pháp đều là **Siêu Việt** thì đương nhiên vượt ra ngoài mọi lý luận, mọi tranh cãi bởi Tâm Thức Nhị Biên phân biệt của chúng ta.

Kỳ II

Bát Nhã Tính Không

Để tiếp tục kỳ trước, kỳ này chúng ta đi sâu về **Bát Nhã Tâm Kinh**, tức là chúng ta sẽ nhận định sâu hơn về nghĩa **Sắc/Không** của Kinh như sau:

Không chẳng rời **Sắc** mới thật là **Chân Không**

Chân Không: là Tính Không, là Tính Bất Nhị, là Tính Vô Sinh, là Tính Ly, chính là Bát Nhã Tính Không, cũng là Pháp Giới Tính

Sắc chẳng rời **Không** mới thật là **Chân Sắc**

Chân Sắc: là toàn thể vũ trụ vạn vật đang hiện hữu...

Sắc/Không chẳng bao giờ rời nhau mới chính là **Thật Tướng Bát Nhã**.

Chân Không chẳng rời **Diệu Hữu**

Chân Không là Tính Không, Tính Bất Nhị, Tính Vô

Sinh, Tính Ly; là Pháp Giới Tính trùng trùng duyên khởi, cũng là Pháp Thân Phật.

Diệu Hữu là toàn thể vũ trụ vạn vật dù Hữu Tình, dù Vô Tình... cũng là Vạn Pháp hiện hữu.

Chân Không / Diệu Hữu chẳng bao giờ rời nhau mới chính là **Chân Không Diệu Hữu**

Diệu Hữu chẳng rời **Chân Không**
mới thật là **Diệu Hữu** nhiệm mầu.

Chân Không, Tính Không mà không có **Diệu Hữu** thì chỉ là cái Không của đoạn diệt. **Diệu Hữu** mà rời **Chân Không** thì chỉ là sự tác ý của Vọng Tâm Thức nhị biên, chấp vũ trụ vạn vật là Vô Thường, nên ở trong trạng thái "Thành, Trụ, Hoại, Không".

Cho nên:

Tâm không rời **Thân** mới là **Tâm Phật**
Thân không rời **Tâm** mới là **Thân Bát Nhã**

Tính không rời **Tướng**
mới là "Bát Nhã Tính Không", "Phật Tính".

Tướng không rời **Tính**
mới là **Thật Tướng Bát Nhã**

Vô Tướng không rời **Hữu Tướng**
mới là **Chân Không Diệu Hữu**...

Hữu Tướng không rời **Vô Tướng**
mới là **Thật Tướng Bát Nhã**

Hữu Tướng mà rời Vô Tướng là cái tướng bị chấp thật: có/không của Tâm Thức Nhị Biên Tương Đối, thì cái *Hữu Tướng* ấy phải bị Thành, Trụ, Hoại, Không!

Vô Tướng mà rời Hữu Tướng là cái **Vô Tướng** không ngơ, là nghĩa chấp thật : có/không, sinh/tử của Thức Nhị Biên Tương Đối, cái **Vô Tướng không ngơ** ấy chính là cái Không vô ký, cũng là cái Không của đoạn diệt.

Tâm mà rời **Thân** là Tâm Thức Nhị Biên sinh tử
Thân mà rời **Tâm** là Thân Sinh, Trụ, Dị, Hoại

Do lẽ ấy, cả bốn qui tắc trên đều cùng một nghĩa.

Tóm lại, nghĩa siêu việt **Sắc/Không** của "Bát Nhã Tâm Kinh" cũng chẳng khác gì nghĩa của Lăng Nghiêm đã dạy như sau:

Sắc chỉ dường như Có mà không phải **thật Có**;

Không chỉ dường như *Không* mà không phải *thật Không*,

Vì **Sắc/Không** là do **Bát Nhã Tính** hóa hiện, là **Tự Tính** hóa hiện, cũng chính là Pháp Giới Tính trùng trùng duyên khởi nên Vạn Pháp; tất cả đều chẳng phải **Một** mà cũng chẳng phải **Nhiều**! tự nó đã ra ngoài số lượng và lý luận của Thức Tâm phân biệt.

Khi đã hiểu Bát Nhã Tâm Kinh là đã hiểu Chân Lý Giải Thoát Sinh Tử, nhưng xin hỏi có hữu ích gì và có dính dáng gì đến chúng ta không? Xin thưa: Ngộ được Chân Lý như thế, mặc dầu đấy mới chỉ là giải ngộ; nhưng cũng là chúng ta đã tu hằng hà sa số kiếp trong quá khứ rồi, nên nay mới ngộ cái lý ấy; nếu là người sâu sắc thì sẽ bàng hoàng mà suy tư và nhận ra rằng: Một ngày nào đó nếu chúng ta chết! Là mất cái thân này, thì không thể nào phù hợp với Chân Lý Bát Nhã, vì khi chết rồi thì chỉ còn cái Tâm mà mất cái Thân, tức là bị rơi vào tình trạng "Hữu Trí Vô Thân". Nếu chúng ta chấp cái Thân đang hiện hữu này là có thật, là của mình thật thì chúng ta hoàn toàn vô minh! Vì thân này không bền bỉ, không trường tồn và chúng ta cũng không thể làm chủ nó được vì nó không hề nghe lệnh của chúng ta. Thí dụ chúng ta bảo nó đừng bệnh, đừng già, đừng chết v.v…

Tuy cái Thân là như thế, nhưng Đức Phật lại dạy rằng:

Được làm thân người khó khăn vô cùng, phải trải qua tỉ tỉ kiếp mới được làm thân người và chỉ có con người mới hiểu nổi Chân Lý Giải Thoát. Vì sao? Vì thân người mới có đầy đủ Sáu Căn; còn các thân khác thì không được đầy đủ như vậy, nên không thể nào hiểu nổi Chân Lý này.

Do đó, khi được làm người như chúng ta mà hiểu, mà thực hành rốt ráo Chân Lý này, thì tự động sẽ giác ngộ, tức là sẽ thành Phật ngay ở thân người này. Do vậy khi mất thân này là chúng ta phải có ngay thân người tiếp tục để tiến tu đến viên mãn; nhưng phải biết rằng chúng ta khó có thể giữ được thân người với Sáu Căn hoàn hảo, vì trong chúng ta ai cũng phạm Giới, mà đã phạm Giới là tự động mất Sáu Căn tức mất thân người.

Nếu muốn giữ được Sáu Căn toàn vẹn để tu tiếp đến viên mãn, chúng ta phải tu ngay lập tức khi còn đang được làm thân người; nhưng tu ra sao, tu thế nào mới giữ được cái thân người quí báu này?

Xin thưa: Chúng ta phải tu đúng theo y chỉ của Bát Nhã Tâm Kinh, để không bị rơi vào tình trạng "Hữu Trí Vô Thân hay Hữu Thân vô Trí", mà phải có thường hằng cả Trí lẫn Thân mới là viên mãn.

Lục Tổ Huệ Năng dạy: "Lấy Vô Niệm làm Tông", Ngài giảng rất rõ về **Vô Niệm**

Vô là vô Tâm Nhị Biên Phân Biệt
Niệm là Niệm của **Chân Như Bản Tính**

Do vậy mà chúng ta dùng ngay cái Chân Như Niệm làm "Tông Chỉ" để Tham câu "Công Án", câu "Thoại Đầu"… Cái Chân Như Niệm ấy vốn sẵn có ở ngay trong chúng ta; nó ẩn mật, thường hằng, âm thầm nhận biết rất vi tế, nó còn được gọi là "Con Mắt Tâm".

Chúng ta dùng Chân Như Niệm ấy (Con Mắt Tâm) để tham câu "Thoại Đầu" hay tham câu "Công Án" tức là công phu, và khi công phu, chúng ta cố gắng giữ công phu trong từng sát na, trong từng niệm, trong từng hành động, trong từng cử chỉ, trong từng lời nói và ngay trong những tướng: Đi, đứng, nằm, ngồi, ngủ, nghỉ, làm việc đều nhất nhất không rời công phu; tức là giữ công phu luôn luôn đi song song với mọi công việc tu hành hàng ngày như:

Khi
- Ăn
- Ngồi Thiền
- Giữ Giới
- Bỏ Tập Khí
- Làm Công Quả
- Bố Thí v.v…

Có nghĩa, mọi hành động từ thô tới tế, tất cả đều không thể rời cái âm thầm tĩnh lặng đang nhận biết từng câu tham, tức là câu hỏi về "Công Án" sao cho thật liên tục, không bị gián đoạn… thì đó gọi là công phu miên mật.

Tới được giai đoạn này gọi là Đơn Tâm (Single Mind), thì chúng ta chỉ còn thấy âm thanh của câu hỏi về Công Án đó vang lên bất tận… ngoài ra không còn có một tạp niệm nào khác.

Bởi vậy chúng ta phải chú ý 100% khi Tham Thiền.

Thiền Sư Duy Lực dạy rằng:

> *Tham Thiền tức là hỏi câu Thoại Đầu, hay hỏi câu Công Án từ trong Tâm mình, thì mới đích thật là câu Công Án của mình, cũng là công phu của mình; trái lại, nếu không Tham Thiền được như thế thì đó là câu Công Án của người và hóa ra mình chẳng có Công Phu gì hết.*

Cho nên bắt buộc chúng ta phải Tham Thiền cho đúng mức thì mới có kết quả tốt.

Thí dụ

Chúng ta tham một trong những câu dưới đây:

Câu Công Án "MU LÀ GÌ?"

Câu Công Án "TÔI LÀ AI?"

Câu Công Án: "NIỆM PHẬT LÀ AI?"

Bằng sự chú ý tuyệt đối từ trong Tâm mình thì sẽ

có sự thắc mắc: "Không biết câu Công Án đó là gì?" nếu càng hỏi tới… hỏi thật miên mật, tức là hỏi không gián đoạn… thì lại càng thắc mắc và càng không biết gì cả? Nhưng không được nghĩ đến sự Ngộ Đạo, cũng không được đoán mò: Câu Công Án đó có nghĩa là cái này… có nghĩa là cái kia… thì bị lọt ngay vào Tâm Thức Nhị Biên Phân Biệt.

Nếu chúng ta Tham Thiền đến được giai đoạn miên mật như thế mà cứ kiên trì, tiếp tục hỏi tới mãi thì giai đoạn **Không Biết** cũng càng ngày càng nhiều…

Xin thưa: cái **Không Biết** đó là Nghi Tình… Cái **Không Biết** càng nhiều, thì cái thắc mắc cũng nhiều y như vậy… để rồi **Nghi Tình** tự nổi lên; **Nghi Tình** nhiều thì sẽ ngộ nhiều, **Nghi Tình** ít thì ngộ ít, còn không Nghi thì không thể nào ngộ được! Vì có **Nghi** mới có **Ngộ**.

Sở dĩ chúng ta Tham Thiền mà không có **Nghi Tình** là vì chúng ta niệm câu Công Án bằng cái miệng, hay niệm bằng cổ họng, hay niệm bằng cái đầu là chúng ta niệm câu Công Án bằng cái Tâm Nhị Biên, tức Thức Số Sáu. Cho nên, không có đắc dụng, thì sẽ không có **Nghi Tình**, và xem như là không có công phu gì cả; ấy là lẽ đương nhiên.

Chúng ta sẽ nhắc đi nhắc lại nhiều lần cách Tham Thiền trong những bài kế tiếp, với mục đích nhấn mạnh phương cách công phu sao cho thật đúng mức, thì mới đạt được mục đích **Kiến Tính** là sẽ biết mình là ai, biết vũ trụ vạn vật là gì và đương nhiên là Sáu Căn vĩnh viễn tự động là "Lục Thông Vi Diệu".

Vì vậy, muốn giải thoát Sinh/Tử, muốn thành Bồ Tát, muốn thành Phật thì không thể nào mà không có Sáu Căn. Đó là y chỉ của Bát Nhã Tâm Kinh trong **Phẩm Vô Sinh** Đức Phật đã dạy rất rõ về các **Sắc Tướng** của toàn thể vũ trụ vạn vật và **Sắc Thân** với Sáu Căn của chúng ta.

Phẩm "Vô Sinh"

Ngài Xá Lợi Phất hỏi ngài Tu Bồ Đề:

Nếu **Sắc** mà không phân hai, tức là **Sắc** Bất Nhị, thì mới chính là **Sắc**, cho đến… "Nhất Thiết Chủng Trí" thì cũng vậy.

Ngài Tu Bồ Đề trả lời:

Nếu **Sắc** mà không **Bất Nhị** thì không phải **Sắc**,

cho đến … "Nhất Thiết Chủng Trí" thì cũng vậy

Sắc chẳng khác **Vô Sinh** thì **Sắc** tức là **Vô Sinh**

Vô Sinh chẳng khác **Sắc** thì **Vô Sinh** tức là **Sắc**

Cho đến… **Nhất Thiết Chủng Trí** thì cũng vậy

Vì **Sắc** vô sinh nên rốt ráo thanh tịnh, **Sắc** là Pháp chẳng sinh, tự nó rỗng không cho đến… **Vô Thượng Bồ Đề** thì cũng vậy

Pháp vô sinh, **Tướng** vô sinh đều chẳng hợp, đều chẳng tan, không sắc, không hình, không tương đối.

Cho nên:

Tướng tức là **Vô Tướng**
Vô Tướng tức là **Tướng**

Tất cả những gì về **Sắc Tướng** quanh chúng ta cũng chính là vạn Pháp trong Phẩm **Vô Sinh** của **Bát Nhã Tâm Kinh** vừa được giải thích ở trên, đều cùng một nghĩa, đều cùng một y chỉ như **Lăng Nghiêm Kinh,** như **Pháp Bảo Đàn Kinh** của Lục Tổ Huệ Năng, nên tại đây, xin được nhắc lại về **Chân Như Niệm** trong **Pháp Bảo Đàn Kinh** một lần nữa và cũng xin nhắc rõ về Sáu Căn, Sáu Trần tại sao vô cùng quan trọng? Bởi không có Sáu Căn thì không Tu đến viên mãn được và Sáu Căn chính là Thân Tâm của chúng ta mà nó còn liên hệ mật thiết đến Thế Giới, Vũ Trụ vạn vật, đồng thời nó liên hệ đến cả Tông Chỉ để dẫn đến sự Giác Ngộ là giải thoát sinh tử, như Lục Tổ Huệ Năng đã dạy như sau:

Pháp môn **Tổ Sư Thiền**
lập **Vô Niệm** làm **"Tông"**
Vô là Vô Nhị Biên
(Tức là Vô tất cả mọi Tâm Trần Lao của Tâm Thức)
Niệm là Niệm Chân Như Bản Tính
(Tức là niệm Chân Như của Bản Tính)

Chân Như là Thể của **Niệm, Niệm** là Dụng của **Chân Như, Chân Như** có **"Tính"** nên khởi Niệm! Nếu **Chân Như** không có **"Tính"** thì Nhãn, Nhĩ, Tỷ Thiệt, Thân, Ý là Sáu Căn, tức (Thân Căn của chúng ta); và

Sắc, Thanh, Hương vị Xúc, Pháp là Sáu Trần, tức (Vũ Trụ vạn vật đang hiện hữu)... đều bị hoại ngay lập tức! Do vậy mà chúng ta nên hiểu rằng:

- Thân không thể rời Tâm và Tâm không thể rời Thân; tức:

- Hữu Thân không thể rời Hữu Trí và Hữu Trí không rời Hữu Thân.

- Vũ Trụ Vạn Vật không thể rời Phật Tính, và Phật Tính không thể rời Vũ Trụ vạn vật, cũng là trực chỉ của Bát Nhã Tâm Kinh và Lăng Nghiêm Kinh.

Xin nhấn mạnh:

Nếu chúng ta không liên tục giữ Tông Chỉ để tham câu Công Án với **"Chân Như Niệm"** sẵn có ấy, để đi đến Giác Ngộ mà cứ dùng Thức Tâm Phân Biệt, để công phu, để suy nghĩ, để gàn dở, để ngoan cố, để phân tích lôi thôi... thì tự động sẽ mất Sáu Căn, tức là mất cái thân làm người thật sự, để rồi đi vào Sinh Tử luân hồi...

Chú Ý:

1. Thức Tâm Phân Biệt tức Thức Nhị Biên luôn luôn chấp thật, chấp giả, đã đưa chúng ta vào sinh tử hằng hà sa số kiếp rồi! Do vậy mà chúng ta phải tu sao cho đúng Chính Pháp, tu sao cho thật nghiêm chỉnh để chuyển hóa cái Tâm Thức vọng tưởng, vô minh thành Tâm Trí Tuệ sẵn có của chúng ta thì mới xong.

2. Nếu chúng ta luôn giữ y Tông Chỉ mà Công Phu như đã nói ở trên thì: Sống cũng công phu, mà chết cũng vẫn công phu, ngộ vẫn công phu, không ngộ cũng vẫn công phu... Cố gắng, kiên trì được như thế thì

không những đã không mất Sáu Căn mà còn Ngộ bất cứ lúc nào nữa!

3. Đắc **Vô Sinh Pháp Nhẫn**
   Là các vị Trời, Người tu hành rồi đắc: **Tu Đà Hoàn, Tư Đà Hàm, A Na Hàm, A La Hán**

4. Đắc **Nhất Thiết Chủng Trí**
   Là những vị tu hành rồi đắc **Bồ Tát**

5. Đắc **A Nậu Đa La Tam Miệu Tam Bồ Đề**
   Là những vị tu hành rồi đắc **Vô Thượng Chính Đẳng Chính Giác.**

Kỳ III
Bát Nhã Tính Không

Kỳ này chúng ta sẽ ôn lại và đi sâu vào đề tài **Chân Không Diệu Hữu**, vậy:
Thế nào là **Chân Không**?

Chân Không là cái **Thể** của Vạn Pháp cũng là Tính Không, Tính Bất Nhị, Tính Vô Sinh, Tính Ly tự động có sự vi diệu tuyệt đối là Tính Thấy, là Tính Nghe, là Tính Ngửi, là Tính Nếm Vị, là Tính Chạm Xúc, là Tính Hiểu Biết, chính là "Bát Nhã Tính Không", còn gọi là **Giác Thể** diệu dụng ẩn mật, âm thầm, tĩnh lặng, nhận biết vô tư về vạn Pháp.

Thế nào là **Diệu Hữu**?

Diệu Hữu là toàn thể vũ trụ vạn vật... và đừng quên là:

Trong **Diệu Hữu** có Hữu Vi, có Vô Vi; có Hữu Hình, có Vô Hình; có Hữu Tướng, có Vô Tướng; và có muôn loài Hữu Tình, loài Vô Tình.

Thế nào là loài **Hữu Tình**?

Loài **Hữu Tình** là loài có bộ óc, có dây thần kinh, có máu đỏ, có nước mắt, có cảm giác mạnh như: loài người, loài súc vật, loài côn trùng, loài có sự chuyển động…

Thế nào là loài **Vô Tình**?

Loài **Vô Tình** là loài không có bộ óc, không có dây thần kinh, không có máu đỏ, không có nước mắt, không tự mình di chuyển được như: mọi đồ vật, hoa lá, cỏ cây v.v…

Thế nào là **Hữu Hình**?

Hữu Hình là tất cả mọi thứ có hình tướng trong vũ trụ.

Thế nào là **Vô Hình**?

Vô Hình là tất cả những gì không có hình tướng, trong nghĩa từ cạn tới sâu.

Nghĩa cạn như: Hư không, người vô hình, trời, thần thánh, A Tu La, ngã quỉ, ma, âm cảnh v.v...

- Nghĩa sâu như: Vô Tướng, Vô Vi, Tính Thấy, Tính Nghe, Tính Hiểu Biết, Pháp Giới Tính, Tính Giác Diệu Minh, Phật Tính v.v…

Về **Hữu Vi** và **Vô Vi**: Thì cũng đồng nghĩa y như Hữu Hình và Vô Hình.

Những gì mới kể trên như: Hữu Tình/Vô Tình; Hữu Hình/ Vô Hình; Hữu Vi/Vô Vi. Tất cả đều không thể ra ngoài trực chỉ của Bát Nhã Tâm Kinh là:

Hữu Tình không thể rời **Vô Tình**

Vô Tình không thể rời **Hữu Tình**
Hữu Hình không thể rời **Vô Hình**
Vô Hình không thể rời **Hữu Hình**
Hữu Vi không thể rời **Vô Vi**
Vô Vi không thể rời **Hữu Vi**

Thí dụ về Loài **Hữu Tình**:

Là con người, nếu không có cơm ăn, không có áo mặc, không có tứ vật dụng v.v… thì làm sao sinh tồn?

Thí dụ về loài **Vô Tình**:

Như mọi vật dụng, hoa lá, cỏ cây v.v... Nếu không nhờ có bàn tay của Hữu Tình là con người biết chăm sóc, biết sáng tạo… thì loài Vô Tình cũng không thành cái gì cả; cũng như loài người còn biết phát minh ra mọi vật dụng để hữu ích cho đời.

Do lẽ ấy:

Nếu Hữu Tình mà rời Vô Tình thì không thể tồn tại được và ngược lại

Nếu Vô Tình mà rời Hữu Tình thì cũng như vậy.

Cho nên:

Hữu Tướng tức là Hữu Hình, là Hữu Vi, là con người, là Vũ trụ vạn vật, là muôn loài có hình tướng đều không thể nào rời cái **Vô Tướng** tức là cái **Vô Hình, Vô Vi** được.

Đó chính là trực chỉ của "Bát Nhã Tâm Kinh" đã dạy: Toàn thể vũ trụ vạn vật có hình tướng đều gọi là **Sắc** Tướng và Sắc Tướng ấy, không thể nào rời được cái **Không** (**Không** ở đây là **Không** bất nhị, **Không** vi diệu nhiệm mầu, cũng chính là cái **Không** siêu việt).

Sắc tức thị **Không**, **Không** tức thị **Sắc**

Trở về thực tại: Thân Tâm hiện hữu của chúng ta đây, nếu y chỉ theo Bát Nhã Tâm Kinh thì:

Sắc chẳng rời **Không**
Không chẳng rời **Sắc**

Nghĩa là:

Sắc (**Thân**) không rời **Không** (**Tâm**)
Không (**Tâm**) không rời **Sắc** (**Thân**)

Hữu Tướng không rời **Vô Tướng**
Vô Tướng không rời **Hữu Tướng**

Hữu Tướng (**Thân**) không rời **Vô Tướng** (**Tâm**)
Vô Tướng (**Tâm**) không rời **Hữu Tướng** (**Thân**)

Lăng Nghiêm Kinh cũng đồng một nghĩa như Bát Nhã Tâm Kinh:

Tính không rời **Tướng**
Tướng không rời **Tính**

Tức là:

Tính (**Tâm**) không rời **Tướng** (**Thân**)
Tướng (**Thân**) không rời **Tính** (**Tâm**)

Vậy:

Tính là Tướng, Tướng là Tính
Tâm là Thân, Thân là Tâm

Có nghĩa là Thân của chúng ta từ đầu tới chân không ngoài Sáu Căn (Mắt, Tai, Mũi, Lưỡi, Thân, Ý) và Sáu Căn này lại không thể nào rời được Sáu Trần (Sắc, Thanh, Hương, Vị, Xúc, Pháp); vì nếu Căn mà rời Trần thì Căn chẳng ra Căn mà Trần chẳng ra Trần; tất cả đều là vô dụng.

<u>Thí dụ về Mắt</u> (Căn Mắt): Nếu chúng ta không có Căn Mắt, chúng ta sẽ không thể thấy được vũ trụ, vạn vật (Sắc Trần) thì chúng ta là người mù. Thế cho nên: khi lái xe sẽ gây tai nạn, khi đi, đứng sẽ đụng chạm đủ thứ chướng ngại rồi ngã.

<u>Thí dụ về Tai</u> (Căn Tai): Nếu không có Căn Tai thì có ai gọi cũng không phản ứng. Không thể nghe những lời Khai Thị về Phật Pháp, không thể hiểu đối tượng khi giao tiếp v.v…

Do lẽ đó **Căn/ Trần** không thể rời nhau. Nhờ có Sáu căn hữu dụng này mà loài người mới tu hành được rốt ráo để rồi sẽ nhận ra: "Tất cả các **Căn** chỉ là một **Tính Giác,** cũng là **Giác Thể**; các **Trần** là **Diệu Hữu,** cũng là **Giác Tướng**". Cũng đúng theo y chỉ Kinh Lăng Nghiêm với câu Kinh tối quan trọng: "Tính Giác Diệu Minh" có liên hệ tuyệt đối và cùng một nghĩa của "Bát Nhã Tâm Kinh", với câu Kinh vi diệu nhiệm mầu:

"**Sắc** tức thị **Không, Không** tức thị **Sắc**"

Trong Bát Nhã Tâm Kinh, **Tính Không** có nghĩa

tuyệt đối tích cực: Tính Không, Tính Bất Nhị, Tính Vô Sinh, Tính Ly tự động có sự vi diệu là Tính Thấy, Tính Nghe, Tính Nhận Biết; Tính này không hề rời các **Sắc tướng** và vũ trụ, vạn vật bao giờ; có như vậy mới được gọi là **"Tính Không"**.

Tại đây, xin được lấy phần **Tính Giác Diệu Minh** của Lăng Nghiêm Kinh ra để chứng minh: "Tính Giác Diệu Minh" cũng có y hệt nghĩa ấy. Tính Giác là Tính Thấy, Tính Nghe, Tính Nhận Biết, Tính Không. Tính Giác này cũng không hề rời các Sắc Tướng và vũ trụ, vạn vật bao giờ. Đó mới chính là **"Thật Tính"** của toàn thể chúng sinh.

Thật Tính này không vô tri như gỗ đá, cỏ cây là loài vô tình (không có đủ sáu căn trọn vẹn). Ngược lại, **Thật Tính** vi diệu mầu nhiệm, vừa Giác, vừa Diệu, vừa Minh vẫn chính là "Thân Tâm" hiện hữu. Khi Giác Ngộ chúng ta là Tính Giác, khi vô minh thì chúng ta là cái Bất Giác; chỉ vì chúng sinh mê mờ nên tự chia đôi **Diệu Minh** ra, rồi chỉ nhận cái **Minh** là cái vô tướng tức cái sáng suốt thôi, mà quên đi cái **Diệu** là cái duyên khởi nên vũ trụ vạn vật, tức là sự nhiệm mầu hóa hiện, hiện hóa nên muôn loài, muôn vật hiện hữu ngay trước mắt chúng ta. Sự mê mờ của chúng sinh là như thế. Chúng ta vô minh tự biến Tính Giác thành Tâm Thức Nhị Biên phân biệt, vì vậy mà Tính Minh biến thành Cái Năng Minh, còn Tính Diệu biến thành Cái Sở Minh. Do vậy mà có năng, có sở, có ta, có người nên mới có sống, có chết và mọi phiền não… Chung quy cũng chỉ vì chúng ta lầm lẫn, tách đôi Minh và Diệu, rồi chỉ nhận **Minh** làm **Giác**, thì tự động **Diệu** biến thành **Sở Minh.**

Có biết đâu, **Tính Giác là Diệu Minh** tức là tự động Tính Giác có cả Diệu lẫn Minh, có nghĩa là **Tính Giác, Tính Minh, Tính Diệu** không hề rời nhau, nên trong Kinh mới gọi là **Thủy Giác**, tức là cả ba Tính ấy nguyên thủy chỉ là **một Tính** mà thôi. Đó là **Nguyên Thủy Bản Giác** của chúng sinh.

Do vậy mà:

Bản Giác chính là Tính Giác, Tính Giác chính là Bản Giác.

Như thế thì có khác gì nghĩa của Bát Nhã Tâm Kinh:

Một là Tất Cả, Tất Cả là Một.

Vậy, khi nói về Tính Giác Diệu Minh thì chúng ta đã hiểu rõ là Tính này:

Tự nó **Giác**, tự nó **Diệu**, tự nó **Minh**.

Tự Diệu là: tự nó duyên khởi nên vũ trụ vạn vật.

Tự Minh là: tự nó biết rốt ráo, thông suốt về mọi sự, mọi vật do chính nó duyên khởi ra…

Cho nên, nếu đã là: Tính Giác, Bản Giác, Thật Tướng Bát Nhã, Phật Tính thì đều như thế đấy. Cái siêu việt của Tính này là: Tự Tính Thấy, Tự Tính Biết, Tự Tính Nghe, Tự Tính Tịnh, Tự Tính Định, Tự Tính Chiếu Tỏa, Tự Tính Vô Sinh, Tự Tính Vô Sở Trụ. Cũng vì thế mà **Tính** này hoàn toàn ngược lại với Cái Tâm Thức Vô Minh, tức là Tâm Thức Nhị

Biên, lúc nào cũng phải nhờ cậy vào Tiền Trần: Sắc, Thanh, Hương, Vị, Xúc, Pháp thì mới biết suy xét cái này, biết suy xét cái kia.

Đến đây chúng ta đã khá hiểu được phần nào về Tính Giác Diệu Minh trong Kinh Lăng Nghiêm chẳng khác gì với Tính Bất Nhị **Sắc/Không** trong Kinh Bát Nhã. Cũng nhờ hiểu được Liễu Nghĩa của các kinh như thế mà chúng ta hiểu tại sao có sự mầu nhiệm thật sự đang hiện hữu ở ngay tại nơi đây trong từng sát na vi diệu, linh thiêng lại rất thực tế, và rất hữu dụng cho Đời.

Căn cứ Y "Bát Nhã Tâm Kinh", mỗi chúng ta tự động có **ba Thân Bát Nhã**, nhưng chúng ta phải làm sao Giác Ngộ Chân Lý này để thể hiện ba Thân đó?

Xin thưa, hãy thực hành y Chân Tính:

Dùng phương pháp Vô Niệm của Pháp Bảo Đàn Kinh: **Chân Như** là **Thể** của **Niệm**, **Niệm** là **Dụng** của **Chân Như**, hai cái ấy không hề rời nhau.

Dùng đúng y chỉ của Bát Nhã Tâm Kinh: **Siêu Việt Sắc /Siêu Việt Không** không rời nhau.

Dùng đúng y chỉ của Lăng Nghiêm Kinh: **Tính, Tướng** y Một.

Tất cả những Kinh ấy đều cùng một Chân Lý là phải buông bỏ Nhất Niệm Vô Minh, là cái Niệm Phân Biệt của Tâm Thức, để xoay về dùng **Chân_Như Niệm** là cái **Bản Niệm** vốn sẵn có, nó ẩn mật, âm thầm nhận biết rất vi tế, luôn thường hằng, hiện hữu trong chúng ta (xin đọc lại bài Bát Nhã kỳ II ở trên để rõ về Chân Như Niệm do Lục Tổ đã dạy), vì vậy mà chúng ta phải ứng dụng bằng cách dùng ngay cái **Chân Như Niệm** ấy, để tham câu Thoại Đầu hay tham câu Công Án. Tham tức là hỏi, còn gọi là công phu; và khi công phu, chúng ta phải cố gắng giữ công Phu cho thật miên mật.

Thí dụ: Tham "Công Án MU"

Trước hết chúng ta hãy để đầu óc như hư không, không có bất cứ niệm gì, rồi dùng cái âm thầm nhận biết để bắt đầu tham, tức là bắt đầu hỏi từng câu Công Án cho thật minh bạch, rõ ràng: "MU là gì?" hoặc hỏi câu:" MU ở đâu?" cho đến khi mệt quá thì chỉ hỏi "MU? MU? MU? ..." Hỏi có nghĩa là Tham, và khi Tham Công Án MU, chúng ta sẽ không biết MU là cái gì cả, nhưng càng không biết thì càng hỏi tới, và cứ hỏi mãi...

Nếu câu hỏi ấy không bị gián đoạn, mà chúng ta cứ tiếp tục hỏi mãi như vậy, thì từ cái không biết mãi ấy, sẽ tự động nổi Nghi Tình. Nghi Tình càng nhiều là độ Tham Thiền của chúng ta càng sâu. Khi độ Thiền càng sâu, chúng ta cứ tham, cứ hỏi tới nữa, thì mức độ thắc mắc lại càng nhiều hơn gấp bội. Khi Nghi Tình tới tột độ, thì cái Tâm Thức vọng tưởng sẽ tự động tiêu tan tương ứng với cái độ mạnh của Chân Nghi đó. Do vậy, chúng ta rất cần công phu thật miên mật để nổi lên được cái Chân Nghi đầy năng lực mạnh mẽ thì mới phá được cái màn vô minh sâu dầy, cứng như sắt, như thép của chúng ta.

Nói đến Nghi Tình thì Thiền Sư Duy Lực có dạy

về Chân Nghi (Chính Nghi) khác với Hồ Nghi như sau đây:

Chính Nghi

Tham thiền là Chính Nghi, Chính Nghi là chỉ chú Tâm mà tham thôi thì Tâm sẽ Tự Nghi, nghĩa là chỉ cho Tâm Nghi, chứ không cho Tâm đi tìm hiểu, so sánh, đoán mò để nuôi cái Nghi Tình cho thật mạnh… Vì vậy, khi tham Thiền đúng cách thì Nghi Tình tự nó mạnh, và khi mạnh tới cùng tột thì thình lình bùng nổ, gọi là Kiến Tính.

Hồ Nghi

Hồ Nghi là cho Tâm đi tìm hiểu hoặc tự giải thích Câu Thoại Đầu, Câu Công Án cho đến khi ra được đáp án. Đó không phải là Tham Thiền. Hồ Nghi chỉ có thể được giải ngộ chứ không được chứng ngộ. Hồ Nghi chỉ phát minh được đồ dùng thế gian như các Khoa Học Gia.

Bởi thế cho nên khi chúng ta Tham Thiền mà không đủ miên mật là không thể tới được cái Chính Nghi, chỉ vì chúng ta đã không chú Tâm đủ, lại còn tưởng tượng là có nghi tình và mong cầu có sự chứng đắc, thì đó vẫn là Cái Tâm Thức. Chỉ khi nào chúng ta tập trung cái Tâm 100% để Tham Thiền đến độ miên mật thì mới đến được giai đoạn Đơn Tâm tức là Nhất Tâm rồi sẽ vượt tất cả Hữu Tâm, Vô Tâm, Nhất Tâm để tới được cái **Không Vi Diệu** và cái dụng là "Chân Như Niệm", nhưng vẫn còn ở giai đoạn vọng tưởng mỏng bao quanh. Nhưng nếu chúng ta cứ tiếp tục giữ được độ Tham Miên Mật mãi, thì "Chân Nghi" sẽ tự hiện, và Chân Nghi ấy cũng sẽ miên mật y như vậy. Đó là: "Giai đoạn Nghi Tình sắp thành khối". Khi Nghi Tình đã thành khối, thì tự động vào được giai đoạn Vô Tưởng Thuần Nhất, tức là giai đoạn không còn chút vọng tưởng nào, mà chỉ độc nhất là cái "Bản Niệm" đang tham, đang hỏi câu Công Án không hề gián đoạn. Khi ấy là ở trạng thái quên trong, quên ngoài: làm gì cũng sai, đi đâu cũng lạc, bởi vì cái Thức Tâm Phân Biệt đã chết. Giai đoạn quên trong, quên ngoài này giống như mình không còn Tham Thiền nữa, mà chỉ hoàn toàn là cái quên thôi. Nhưng sự thật thì không phải thế, mà ngược lại, vì độ Tham Thiền quá ư miên mật, khiến mình cứ tưởng như mình không còn Tham thiền nữa. Giây phút này gọi là đã đến Thoại Đầu, cũng là đầu sào trăm thước, cũng là giai đoạn vô tưởng thuần nhất đang làm tan biến đi màn vô minh, cũng là làm tan đi Cái Thức Tâm Sinh Tử bao quanh Phật Tính ở một độ tương ứng với mức độ công phu của Hành Giả, để **Tính Không tích cực** được lộ diện ra cũng tương đương như thế. Đó gọi là Kiến Tính, là Giác Ngộ và khi Giác Ngộ thì Hành Giả đã biết "MU" là gì, đã biết mình là ai, cũng như Vũ Trụ từ đâu ra!

Vậy, Kiến Tính là kết quả của Tham Thiền, vì khi đã Kiến Tính thì tự động Thức chuyển thành Trí.

Tham Thiền là đường lối do Đức Phật chỉ dạy, quá ư là thiết thực, quá ư là hiệu quả; hiệu quả ngay tại đây, hiện tại trong đời này của chúng ta. Nhưng muốn được kết quả như vậy, chúng ta phải biết cách Tham Thiền cho đúng mức là:

Không bao giờ để Tâm không (Tâm Không là Tâm Vô Ký của đoạn diệt) mà Tham Thiền cả, nghĩa là chúng ta phải biết ứng dụng cái Vô Niệm, tức Chân Như Niệm sẵn có để mà hỏi, để mà Tham câu Công Án cho thật liên tục… đừng bao giờ cho dứt niệm. Nói cách khác là không để bất cứ một tạp niệm nào xen vào thì mới được gọi là Đơn Tâm, là Nhất Tâm, nhưng không có nghĩa là chúng ta đè nén vọng tưởng hay cắt vọng tưởng; cho nên có vọng tưởng cũng tham, không có vọng tưởng cũng vẫn Tham; đừng để ý đến chúng, cứ thản nhiên mà Tham, tức là hỏi câu Công Án, vì có hỏi là sẽ có thắc mắc, mà có thắc mắc không hiểu, không biết gì về câu Công Án ấy là sẽ có nghi; và khi có nghi là sẽ có ngộ, có ngộ là sẽ được giải thoát luân hồi sinh tử. Đó mới chính là **mục đích của việc Tham Thiền**, chứ không phải Tham Thiền là để trừ vọng tưởng như nhiều người đã hiểu lầm. Sở dĩ chúng ta chấp thật có vọng tưởng, nên mới cần trừ khử nó, có biết đâu, nếu đã gọi là vọng thì không phải là thật!

Chú Ý: Phương cách Tham Thiền trong sách Bát Nhã này còn phải nhắc đi, nhắc lại, vì có nhiều đoạn vẫn liên hệ đến cách Tu. Do vậy chúng tôi thiết nghĩ sự nhắc đi, nhắc lại như thế vẫn tốt, vì làm cho người đọc hiểu thâm sâu hơn.

Tóm lại Pháp môn Tham Thiền tuy khó, nhưng cũng lại rất dễ; khó cho những ai lười biếng, những ai còn ham hố hưởng thụ, những ai không tin, nghi ngờ và ngoan cố. Nhưng lại dễ cho những ai siêng năng tu hành, chịu dấn thân, và khao khát Giác Ngộ để giải thoát sinh tử.

Tuy nhiên trong Thiền Tông: *"Kiến Tính mới bắt đầu tu"*, nhưng sự tu hành sẽ dễ dàng hơn và việc bỏ Tập Khí cũng vậy, sẽ dễ hơn rất nhiều, vì chúng ta đã biết rõ là phải tu làm sao để phù hợp với **Tự Tính**, là cái Chân Thiện Mỹ thì mới viên mãn được.

Khi đã ngộ vẹn toàn về cả Lý lẫn Sự, thì tự động là chúng ta đều có ba Thân Bát Nhã, thật ra thì: "ba thân là Một, Một là ba thân". Nhưng để hiểu chi tiết hơn, nên chúng tôi tạm giải thích như sau:

I. Pháp Thân Phật:

Là cái **Thể** của **Diệu Hữu**. Cái Thể chính là Tính Không, là Chân Không, là Tính Giác, là cái vi diệu, ẩn mật âm thầm tĩnh lặng, Thấy, Nghe, hay biết… cũng là "cái Tịnh", "cái Định", cái Bản Thể, cái Bản Giác; chính là **Phật Tính** và đó là cái Đại Công Đức.

II. Báu Thân Phật:

Còn gọi là **Ứng Thân Phật** là cái **Dụng**, là cái **Diệu Hữu** của "Cái Thể", là cái tác dụng nhiệm mầu của **Pháp Thân**, nếu đã giác ngộ thì **Diệu Hữu** chính là cái Đại **Trí Tuệ** hiện hữu ngay tại Thân người, ở ngay **Sáu Căn** của chúng ta.

"**Sáu Căn** là **Một**, **Một** là **Sáu Căn**"

Sáu Căn này chính là "Lục Thông", khi đã giác ngộ thì Sáu Căn đó mới có thể dùng thay cho nhau.

Và rất đặc biệt là **Trí Tuệ Bát Nhã** tự động làm bất cứ cái gì, từ việc nhỏ cho chí việc lớn đều là "Chân Thiện Mỹ" tuyệt đối! Ngay cả những việc như: Trồng cây, tưới vườn, nấu cơm, lau nhà, quét sân, lau cầu tiêu cho đến việc chữa bệnh, phát minh, làm máy bay v.v... đều chu toàn không một chút sơ hở.

III. Thiên Bách Ức Hóa Thân:

Thật ra khi chúng ta chưa ngộ thì nó là cái Tán Loạn Tâm, cái Tâm Nhị Biên, cũng là cái Nhất Niệm Vô Minh, tức cái Niệm của Tâm Thức. Nhưng khi đã ngộ thì cái Tán Loạn Tâm tự động trở về "**Nhất Tâm**", tức "**Chân Như Niệm**", cũng chính là: "**Cái Đại Hạnh**" của chúng ta.

Cái Đại Hạnh này tự động bao gồm hằng hà sa số "**Chân Hạnh Nguyện**" được thi hành trong từng Sát Na, đó là "**Thiên Bách Ức Hóa Thân**" của chúng ta, còn được gọi là: "**Thiên Thủ Thiên Nhãn**", hiện đang thực dụng những hạnh nguyện ấy, ở ngay thân tâm, biểu hiện nơi Sáu Căn của chúng ta đang hiện sống, cũng như những vị đang làm các thiện hạnh: Hạnh bố thí, hạnh giúp người, hạnh sáng tạo, hạnh làm thợ mộc, hạnh làm thợ nề, hạnh làm Sĩ, Nông, Công, Thương v.v... để giúp ích cho đời.

Ngoài ra Thiên Bách Ức Hóa Thân còn có nghĩa sâu rộng hơn nữa là trong quốc độ của người giác ngộ thì: "Không chỉ là loài người mà còn bao gồm tất cả muôn loài, muôn vật, và mọi thứ trong vũ trụ vạn vật, đều cùng chung một **Phật Tính**. Họ cũng đang cùng thể hiện trọn vẹn mọi bổn phận và trách nhiệm của họ như chúng ta đang thấy ở ngay trước mắt, rất là thực tế, vậy có phải chăng?

- Ai thật từ bi là Quan Âm Bồ Tát
- Ai thật Thanh Tịnh là Phật Thích Ca
- Ai thật Trí Tuệ là Văn Thù Sư Lợi Bồ Tát
- Ai thật Bình Đẳng là Phật Di Đà
- Ai thật Nhẫn Nại, Kiên Trì là Địa Tạng Bồ Tát, Phổ Hiền Bồ Tát v.v…

Và cùng với tất cả vạn vật, đều nhất nhất đang đóng góp cho đời một cách hoàn hảo tuyệt đối. Thật đúng như trong Kinh Pháp Hoa đã dạy:

"Thị Pháp trụ, pháp vị,
Thế Gian thường trụ Pháp"

PHẦN I • Kỳ IV • *Bát Nhã Tính Không (Siêu Việt Có)*

Tranh Phụ Bản: Họa Sĩ Lam Thủy

Kỳ IV

Bát Nhã Tính Không
(Siêu Việt Có)

Bài này chúng ta sẽ chứng minh thật rõ ràng về nghĩa **Sắc/Không**, **Có/Không** của "Bát Nhã Tâm Kinh" qua bảy Kinh ở những trang sau. Đồng thời chúng ta sẽ lần lượt so sánh từng yếu chỉ liên hệ tới nghĩa **Sắc/Không**, **Có/Không** của từng Kinh để thấy rõ Diệu Nghĩa siêu việt của **Sắc/Không** trong bảy Kinh ấy đều y hệt như nghĩa siêu việt **Có/Không** của Bát Nhã Tâm Kinh.

Sự chứng minh này sẽ giúp chúng ta thấy được Diệu Nghĩa Siêu Việt Sắc/Không, Có/Không mà Đức Phật đã giảng trong bảy kinh trọng yếu, từ đó tăng trưởng mạnh mẽ lòng kính tin yếu chỉ của Diệu Nghĩa **Có/Không** trong Kinh Bát Nhã.

Chữ Không: Thường thường nói về Kinh Bát Nhã là hầu hết ai cũng nói: "Sắc Sắc, Không Không" và đều cùng nhấn mạnh vào chữ **"Không"** nhiều nhất. Nhưng tiếc thay chữ **"Không"** này lại bị hiểu như là không có cái gì cả, tức rơi vào cái rỗng không của đoạn diệt!

Tiến lên một bước, có một số người cố tình giảng giải, lý luận thật tỉ mỉ, rồi bảo rằng: Chữ "Không" này không phải là không ngơ, không phải là không có cái gì cả, mà nó chính là Phật Tính; cho nên toàn thể vũ trụ vạn vật chỉ là một **Phật Tính rỗng lặng mà thôi**!

Chữ Có: Về chữ **"Có"** trong Bát Nhã thì hầu như bị bỏ quên hẳn, nếu có hiểu chăng nữa thì sự hiểu về chữ **"Có"** đó cũng chỉ lơ mơ, dài dòng, phức tạp trong cái đa văn của Sở Tri Chướng, cũng là cái Tâm Thức Phân Biệt suy luận quá nhiều khiến cho những ai muốn nghiên cứu về Bát Nhã, hoặc những ai thật sự khao khát muốn ngộ về Chân Lý Bát Nhã đều cùng bị rơi vào trạng thái mơ hồ... suy đoán, thêm thắt, để rồi đã lạc lại càng lạc xa hơn.

Trong 260 chữ của bài Kinh Bát Nhã có chia ra từng phần, từng giai đoạn thật, nhưng ai hiểu phần nào thì chỉ nói về phần ấy thôi, còn những phần khác thì không chú trọng mà chỉ nói sơ, hoặc không thấy nên bỏ luôn. Do thế mà không trọn vẹn.

Theo **Thiền Sư Philip Kapleau** tác giả sách *"The Three Pillars of Zen"* đã dạy rằng: "Nếu đã hiểu thật sự về Bát Nhã Tâm Kinh thì nên hiểu rốt ráo về cả hai chữ **Sắc/Không** (Form/Emptiness) đã, rồi từ từ phải nói đến cái **Có** trước, sau đó mới nói đến cái **Không**."

Do vậy ở đây, chúng ta nói về cái **Sắc** (Form), cũng là cái **Có**, trong Kinh Bát Nhã trước.

Form là tất cả những gì **Có** hình tướng trong vũ trụ, kể từ hạt bụi cho đến vạn vật, chí đến hư không, nhất nhất đều gọi là **Sắc**, là **Form**! Theo y chỉ của Kinh Bát Nhã, tất cả Sắc (Forms) ấy chẳng thể rời **Không**, và **Không** cũng chẳng thể rời các Sắc (Forms) ấy.

Cho nên:

Sắc bất dị **Không**
Không bất dị **Sắc**

Sắc tức thị **Không**
Không tức thị **Sắc**

Sắc chính là **Không**
Form is only Emptiness

Không chính là **Sắc**
Emptiness is only Form

Sắc chẳng khác **Không**
Form is no other than Emptiness

Không chẳng khác **Sắc**
Emptiness is no other than Form

Thiền Sư Philip Kapleau luôn nhấn mạnh rằng *"Chúng ta phải nói Có đã, rồi hãy nói Không, dĩ nhiên là cái "Siêu Việt Có" của Phật Pháp"*; Nếu nói **Không** ngay thì chẳng trọn vẹn, tức là không hiểu gì về Bát Nhã cả.

Trong khi Bát Nhã Tâm Kinh dạy rất rõ ràng, ngay trước mắt:

Thí dụ:

Đây là quả táo, con người, cái bàn, con kiến v.v… Tất cả đều là **Sắc (Forms)**, đồng thời tất cả **Sắc (Forms)** ấy tự chúng vốn dĩ là **Không**, không cần đem phá hủy đi mới thấy chúng là **Không**; nếu đợi đến phá huỷ đi mới bảo là **Không** thì cái **Không ấy** là cái **Không vô ký**, cái **Không** đoạn diệt.

Vì vậy:

Quả Táo này chính là **Không**
This Apple is only **Emptiness**

Không cũng chính là **Quả Táo này**
Emptiness is only **This Apple**

Cái bàn này chính là **Không**
This Table is only **Emptiness**

Không cũng chính là Cái bàn này
Emptiness is only **This Table**

Đấy, sự hiện hữu của tất cả sự sự vật vật rất là thực tế. Vậy thì có phải quả táo, cái bàn cùng đều là Sắc Tướng (là Các Pháp) đang hiện rõ ở ngay trước mắt chúng ta không? Chúng đã thể hiện cái Có rõ ràng rồi, không ai có thể chối cãi được!

Và vẫn đúng theo y chỉ của Kinh Bát Nhã: Chính Quả Táo này, Cái Bàn này, tự chúng vốn dĩ là Không

(Emptiness)! Vậy, Cái Bàn này, Quả Táo này, chúng vừa là Sắc mà chúng cũng vừa là Không.

Cũng nghĩa ấy: Cái Bàn này, Quả Táo này, tự chúng vừa là **Có** và tự chúng lại cũng vừa là **Không**, thật là vi diệu nhiệm mầu, **Có/Không** không sai khác!

Vì vậy chúng ta nên hiểu rốt ráo về cái *siêu việt* **Sắc/Không** này, cũng là *siêu việt* **Có/Không** và vì siêu việt như thế, nên không cần phải đem vũ trụ vạn vật hủy diệt chúng đi, rồi mới thấy chúng là Không. Nếu phải đem hủy diệt, thì cái Không ấy, là Cái Không của đoạn diệt thật!

Sau đây là Bảy Kinh đều cùng có những liên hệ về nghĩa **Sắc/Không** y như vậy:

Kinh Lăng Nghiêm
Kinh Kim Cang
Kinh Pháp Hoa
Kinh Hoa Nghiêm
Kinh Pháp Bảo Đàn
Kinh Viên Giác
Kinh Duy Ma Cật

Vâng, cả bảy Kinh này đều cùng một **Tính**:

Bát Nhã Tính Bất Nhị, Tự Tính Bất Nhị, Phật Pháp Bất Nhị là *siêu việt* **Sắc/Không**, là *siêu việt* Có/Không là y hệt Bát Nhã Tâm Kinh.

Để chứng minh lần lượt bảy Kinh trên đây có cùng một yếu chỉ. Trong bài này chúng ta sẽ nói về nghĩa "Siêu Việt Có" của bảy Kinh ấy trước, rồi sẽ nói về nghĩa "Siêu Việt **Không**" ở bài sau.

Đức Phật đã dạy trong các Kinh:

I. Lăng Nghiêm Kinh

Tính là Tướng
Tướng là Tính
}
Tính/Tướng không khác biệt
(*Nghĩa Siêu Việt Có*)

Vô Tướng không rời Hữu Tướng
Hữu Tướng không rời Vô Tướng

Hữu Tướng/Vô Tướng không khác biệt
(*nghĩa Siêu Việt Có*)

Thân không rời Tâm
Tâm không rời Thân

Thân/Tâm không khác biệt
(*Nghĩa Siêu Việt Có*)

Vậy, không khác gì Kinh Bát Nhã đã dạy:

Sắc tức thị Không
Không tức thị Sắc

Sắc/Không chẳng khác biệt
(*Nghĩa Siêu Việt Có*)

II. Kinh Kim Cang

"Nghĩa Ba Câu" cũng y hệt nghĩa của Kinh Bát Nhã, như:

PHẦN I • Kỳ IV • Bát Nhã Tính Không (Siêu Việt Có)

1. Trong Phẩm **Thọ Trì**

   Vi Trần tức phi Vi Trần, Thị danh Vi Trần
   *Vi Trần, chẳng phải Vi Trần,
   mới đích thị là Vi Trần. "Siêu Việt Có"*

2. Trong Phẩm **Ly Sắc, Ly Tướng**

   Sắc Thân đầy đủ,
   tức Phi Sắc Thân đầy đủ,
   thị danh **Sắc Thân** đầy đủ
   *Sắc Thân đầy đủ, không phải Sắc Thân đầy đủ,
   mới đích thị là Sắc Thân đầy đủ. "Siêu Việt Có".*

3. Trong Phẩm **Nhất Thể Đồng Quán**

   Phật hỏi Tu Bồ Đề:
   "Ý ngươi thế nào? Như Lai có Nhục Nhãn, có Thiên Nhãn, có Huệ Nhãn, có Pháp Nhãn và có Phật Nhãn không?"

   Tu Bồ Đề đều trả lời:
   "Bạch Thế Tôn, đúng thế! Như Lai có: Nhục Nhãn, Thiên Nhãn, Huệ Nhãn, Pháp Nhãn, Phật Nhãn."

   Có Nhục Nhãn, có Thiên Nhãn, có Huệ Nhãn, có Pháp Nhãn, có Phật Nhãn. Tức là "Siêu Việt Có"

   Phật lại hỏi:
   "Tu Bồ Đề, ý ngươi thế nào? Cát ở trong sông Hằng, Phật nói là Cát chăng?"

   Tu Bồ Đề:
   "Bạch Thế Tôn, đúng thế! Như Lai nói là Cát.

   Có Cát tức là "Siêu Việt Có"

III. Pháp Hoa Kinh

1. Phẩm **Phương Tiện**

Phật dạy "Lấy Nhân Duyên Xuất Thế Gian khai thị để Ngộ Nhập Tri Kiến Phật"

"Thị Pháp Trụ, Pháp Vị, Thế Gian Thường Trụ Pháp."

Chủng tử Phật do Nhân Duyên Xuất Thế của Tự Tính sinh khởi, nên Pháp nào trụ theo ngôi vị Pháp đó: Pháp Sinh, trụ ngôi Sinh; Pháp Diệt, trụ ngôi Diệt; **Vạn Pháp Thế Gian** *luôn luôn thường trụ như vậy "Siêu Việt Có"*

2. Phẩm **Như Lai Thọ Lượng**

Di Lặc Bồ Tát hỏi Phật:

"Tại sao Phật đắc Đạo chẳng được bao lâu mà đã giáo hóa được vô lượng Bồ Tát?"

Phật trả lời:

"Ta thành Phật đã trải qua Vi Trần kiếp…"

Thành Phật là "Siêu Việt **Có***"*

3. Phẩm **Pháp Sư Công Đức**

Phật dạy:

"Pháp Sư đã được Công Đức của Sáu Căn Viên Mãn"

Nghĩa là phải có Sáu Căn mới tu được! Sáu Căn là "Siêu Việt **Có***"*

4. Phẩm **Hiện Bảo Tháp**

Phật dạy: "Phải đợi khi mười phương phân thân Phật tựu tập lại rồi, Phật Đa Bảo mới chịu hiện ra cho thấy".

Vậy thì vô lượng phân thân chỉ là một Phật Tính! Là để thể hiện Tự Tính Bất Nhị, Phật Pháp không hai, tức:

"Một là Tất Cả, Tất Cả là Một"

Ý nghĩa Bát Nhã "Siêu Việt **Có**"

IV. Hoa Nghiêm Kinh

Đức Phật dạy:

Nhất Thiết Duy Tâm Tạo

Tự Tính viên thông nên Sự Sự Vô Ngại. Đã gọi là Nhất Thiết Duy Tâm Tạo thì tất cả các Pháp vốn chẳng thể khác, dù to hay nhỏ và ngay cả vi tế nhất đến chỗ vô hình, vô tướng cũng vẫn vô ngại, vẫn dung nạp lẫn nhau và kiến lập lẫn nhau.

Do vậy mà:

Một là Tất Cả, Tất Cả là Một
Tính là Tướng, Tướng là Tính
Tính là Tính của Tướng,
Tướng là Tướng của Tính

} *Ý nghĩa Bát Nhã Tâm Kinh "Siêu Việt Có"*

Nhất Chân Pháp Giới bao gồm vô biên Pháp Giới, mười thứ huyền môn, tổng nhiếp vô lượng Pháp Môn, mục đích chỉ là để diễn giải Pháp Giới dung thông, Sự Sự vô ngại.

Cho nên vạn Pháp:

Tức Sự, tức Lý, tức Tính, tức Tướng,
Tức Nhân, tức Quả, tức Đa, tức Nhất…

Pháp Giới Tính là như vậy trùng trùng hiển hiện:

Vô Lượng tức **Một** thì ẩn ẩn dung thông
Một tức **Vô Lượng** thì trùng trùng thấu nhập

*Vạn Pháp thật là vi diệu nhiệm mầu, tuy ẩn ẩn, lại hiện hiện ngay trước mắt, đồng nghĩa với Bát Nhã Tâm Kinh: "Siêu Việt **Có**".*

V. Pháp Bảo Đàn Kinh

Lục Tổ dạy ngài Huệ Minh:

"Chẳng nghĩ thiện, chẳng nghĩ ác, đang khi ấy cái gì là Bản Lai Diện Mục của Thượng Tọa Minh?"

Cái Không Thiện, Không Ác ấy là "Trung Đạo", cũng là Y Chỉ của Bát Nhã Tâm Kinh: "Siêu Việt Có".

1. Trong Phẩm **Định Huệ**

Lục Tổ dạy:

Định, Huệ vốn Nhất Thể, chẳng phải là hai! Nếu Tâm, miệng đều lành là trong ngoài Nhất Thể, tức Định, Huệ đồng nhau.

Định là Huệ, Huệ là Định

*Câu này cũng y như Diệu Nghĩa Bất Nhị của **Bát Nhã Tính Không** "Siêu Việt Có"*

2. Trong Phẩm **Phó Chúc**

Lục Tổ dạy 36 Pháp Đối như:

Sắc/Không; Sinh/Diệt; Hữu/Vô; Động/Tịnh; Tà/Chính v.v…

Y như nghĩa Bất Nhị của Bát Nhã Tâm Kinh

*Có nghĩa là dùng **Pháp Đối** làm nhân với nhau, sẽ tự sinh nghĩa **Trung Đạo**.*

Thí dụ: Có ai hỏi:

Thế nào là "**Sáng**"? Thì đáp: "**Tối**"
Thế nào là "**Tối**"? Thì đáp: "**Sáng**"

} *"Siêu Việt **Có**"*

Vì **Sáng** mất thì **Tối**, **Tối** mất thì **Sáng**, có nghĩa là dùng **Sáng** để tỏ sự **Tối**, dùng **Tối** để tỏ sự **Sáng**! Cứ trở đi trở lại như thế làm nhân với nhau sẽ tự lìa Nhị Biên và tự động thành nghĩa Trung Đạo, mà Trung Đạo thì là "Phật Tính"

VI. Kinh Viên Giác

Các phương tiện Thiền để:

"Lìa Huyễn tức Giác"

Phật dạy:

Các Bồ Tát sơ học và chúng sinh đời Mạt Pháp muốn cầu Tâm Viên Giác, nên dùng Chính Niệm để xa lìa các Huyễn! Ý Phật muốn nói ngoài Bản Niệm (**Chân Như Niệm**) ra, chẳng sinh một Niệm nào thì các Huyễn tự diệt, tức "Xa lìa được Huyễn".

Khi đã xa lìa được Huyễn tức là lìa được Tâm Thức Vọng Tưởng thì Tâm Bát Nhã hiện ra, tức Tính Giác vốn sẵn đó hiện ra, tự động thấy mười phương vốn trong sạch, vô biên hư không là Bản Giác sở hiện! Bản Giác tròn đầy, sáng tỏ hiển hiện Chân Tâm trong sạch; vì Tâm trong sạch nên Kiến Trần trong sạch; Kiến trong sạch nên chẳng còn năng Kiến, sở Kiến. Nhãn Căn trong sạch nên Nhãn Thức trong sạch, do Nhãn Thức trong sạch nên Văn Trần trong sạch (chẳng còn Năng Văn, Sở Văn), Văn trong sạch nên Nhĩ Căn trong sạch, Nhĩ Căn trong sạch nên Nhĩ Thức trong sạch. Do Nhĩ Thức trong sạch nên Giác Trần trong sạch (chẳng còn Năng Giác, Sở Giác), như thế cho đến Tỷ, Thiệt, Thân, Ý đều cũng trong sạch như vậy.

Suốt đoạn Kinh dài như trên, Đức Phật muốn nói: Khi **Thức** đã được chuyển thành **Trí**, thì toàn Thân Tâm, Thế Giới (Sáu Căn, Sáu Trần, Sáu Thức) là **Một** đều là **Tính Giác** trong sạch.

Vậy là có Thân Tâm, có thế giới! tức là "Siêu Việt *Có*"

Đức Phật dạy tiếp:

"Thiện nam tử! Do Lục Căn (Thân Tâm) trong sạch, nên Sắc Trần trong sạch! Sắc Trần trong sạch, nên Thanh Trần trong sạch… cho đến Hương, Vị, Xúc, Pháp cũng đều trong sạch như thế!"

Đoạn này Đức Phật muốn dạy chúng ta là: Khi Thân Tâm (Sáu Căn) trong sạch thì Thế Giới là Sáu Trần cũng phải trong sạch, vì:

Thân Tâm không rời **Thế Giới**
Thế Giới không rời **Thân Tâm**

Cho đến Thất Đại: Đất, nước, gió lửa… và Tam Giới: Dục Giới, Sắc Giới, Vô Sắc Giới cũng đều trong sạch.

Cuối cùng Đức Phật nói: *"Tóm lại tất cả các Pháp đều vốn là Tướng trong sạch!"* Vậy thì **Một Thân** trong sạch nên nhiều thân trong sạch, vì **Nhiều Thân** trong sạch như thế, thì mười phương chúng sinh Viên Giác trong sạch… do vậy mà tất cả đều cùng một nghĩa:

"Một là Tất Cả, Tất Cả là Một"

Như vậy cũng là *y Diệu Nghĩa của Bát Nhã Tâm Kinh "Siêu Việt Có"*

VII. Kinh Duy Ma Cật

1. Phẩm **Nhập Pháp Môn Bất Nhị**

Ngài Duy Ma Cật bảo các Bồ Tát rằng:

"Các Nhân Giả! Bồ Tát làm sao nhập **Pháp Môn Bất Nhị?** Hãy tùy sở ngộ của mình mà nói ra."

Trong Hội có Bồ Tát tên là Pháp Tự Tại nói:

" Các Nhân Giả! Sinh diệt là Nhị, Pháp vốn

chẳng Sinh, nay cũng chẳng Diệt. Đắc Vô Sinh Pháp Nhẫn này, gọi là Nhập Pháp Môn Bất Nhị."

*Pháp chẳng sinh chẳng diệt là Bát Nhã, là Pháp Trung Đạo, tức "Siêu Việt **Có**".*

Thiện Ý Bồ Tát nói:

"Sinh Tử, Niết Bàn là Nhị. Nếu thấy Tính của Sinh/Tử thì chẳng có Sinh Tử, chẳng trói, chẳng mở! Vậy chẳng Sinh Tử, cũng chẳng Niết Bàn! Ai hiểu như thế là Nhập Pháp Môn Bất Nhị."

*Pháp Bất Nhị là Bát Nhã, là Pháp Trung Đạo, tức "Siêu Việt **Có**"*

Ngài Hỷ Kiến Bồ Tát dạy:

"**Sắc** với **Không** là Nhị; **Sắc** tức là **Không**! Nên chẳng phải chờ **Sắc** diệt đi rồi mới là **Không**. Tính của **Sắc** tự **Không**! Thọ, Tưởng, Hành, Thức cũng thế".

Ngũ Uẩn với **Không** là Nhị. Ngũ Uẩn tức là **Không**, chẳng phải Ngũ Uẩn diệt rồi mới là **Không**. Tính Ngũ Uẩn tự **Không**!

Thấu đạt ý này là Nhập Pháp Môn Bất Nhị.

*Nhập Pháp Môn Bất Nhị là Bát Nhã, là Trung Đạo, tức "Siêu Việt **Có**"*

2. Phẩm **Văn Thù Sư Lợi** thăm bịnh ngài Bồ Tát Duy Ma Cật

Ngài Văn Thù hỏi Duy Ma Cật:

"Trong Tứ Đại thì Đại nào là bịnh?"

Ngài Duy Ma Cật trả lời:

"Bịnh này chẳng phải Địa Đại, cũng chẳng lìa Địa Đại! Thủy, Hỏa, Phong Đại đều cũng như thế. Nhưng vì bịnh chúng sinh từ Tứ Đại khởi, vì họ có bịnh nên tôi bịnh vậy."

Có tứ đại, có chúng sinh, và có bịnh tức "Siêu Việt **Có***"*

Và sau đây vẫn là những lời của Duy Ma Cật:

Dù ưa xa lìa tất cả, mà không hướng theo sự dứt hết thân tâm là hạnh Bồ Tát.

Vậy là có Thân Tâm tức là "Siêu Việt **Có***".*

Dù hành nơi Vô Tướng (Phật Tính) mà độ chúng sinh là hạnh Bồ Tát

Có nghĩa là: "Không An Trụ mà vẫn An Trụ"; "Xuất Thế mà vẫn Nhập Thế" tức là "Thân Tâm Nhất Như" mới độ sinh được. Có chúng sinh và có người độ tức "Siêu Việt **Có***".*

Dù hành nơi Vô Khởi mà khởi tất cả Thiện Hạnh là Bồ Tát

Tuy là Vô Niệm nhưng có Chân Như Niệm, tức có Thiện Hạnh Niệm, là "Siêu Việt **Có***"*

Tất cả đoạn trên này đều đồng một ý nghĩa Bất Nhị với **Bát Nhã Tâm Kinh**:

Sắc tức thị **Không**
Không tức thị **Sắc**   *"Siêu Việt* **Có***"*

Siêu Việt tức xuất thế gian! Tuy **Xuất Thế mà vẫn Nhập Thế**, vì:

"Phật Pháp không rời Thế Gian Pháp"

Do vậy mà:

"Thị Pháp trụ Pháp Vị, Thế Gian thường trụ Pháp"

Qua sự chứng minh của bảy Kinh ở trên, chúng ta đã thấy tất cả đều có đồng một nghĩa với Kinh Bát Nhã về cái: **Siêu Việt Sắc** tức là **"Siêu Việt Có"** vạn Pháp hiện hữu tại Thế Gian.

PHẦN I • Kỳ V • Bát Nhã Tính Không (Siêu Việt Không)

Tranh Phụ Bản: Họa Sĩ Lam Thủy

Kỳ V
Bát Nhã Tính Không
(Siêu Việt Không)

Nghĩa "**không**" ở đây không phải là nghĩa "sắc sắc/không không" như nhiều người hiểu lầm mà chấp thật về chữ "**Không**" ở nghĩa tiêu cực, là cái rỗng không, là không có cái gì cả, tức là cái **không** của Đoạn Diệt.

Trái lại, nghĩa Sắc Sắc/Không Không của Bát Nhã Tâm Kinh là cái **Sắc/Không Bất Nhị**, không khác nhau cho nên cái "**Không**" này rất là Tích Cực...

"**Không**" đây là cái "**Không** Siêu Việt" nên nó không có: Tâm trần lao, Tâm phân biệt, Tâm nhị biên, Tâm vọng tưởng, Tâm tập khí và tuyệt đối Tâm này không có một niệm gì của Tâm thức cả mà chỉ duy một Bản Niệm tức cái Vô Niệm, cũng là Chân Như Niệm! Như Lục Tổ đã dạy, chúng tôi có nhắc ở

"Bát Nhã Tính Không" Kỳ II. Đấy mới chính là cái "Không Tịch Diệt" tức "Niết Bàn Diệu Tâm", là "Chân Không Diệu Hữu" hay còn gọi là **Pháp Thân Phật**! Đó là cái **Thể** của **Diệu Hữu** *(Diệu Hữu không rời Thể, và Thể không rời Diệu Hữu).*

"Siêu Việt Không" chính là **Tính Không**, tức **Tự Tính Không, Tự Tính Bất Nhị, Tự Tính Vô Sinh, Tự Tính Ly,** và cũng là Tính Thấy, Tính Nghe, Tính Hiểu Biết về vạn pháp, chứ chẳng phải chẳng thấy, chẳng hiểu, chẳng nghe. Cũng vì **Siêu Việt Không** như thế nên tự động là **Tính Vô Sở Trụ, Tính Vô Vi,** cho nên Kinh dạy: "Tức *Không, Tức Dụng, tức Diệu Hữu!*"*;* còn nếu là cái không mà chẳng phát huy được cái Dụng thì chẳng thể gọi là Diệu Hữu. Cũng vì vậy mà:

Kinh Kim Cương lấy "Vô Sở Trụ" làm yếu chỉ **"siêu việt Vô"**

Pháp Bảo Đàn Kinh lấy:

Vô Niệm làm Tông
Vô Tướng làm Thể   **"siêu việt Vô"**
Vô Trụ làm Gốc

Vô Niệm đây chính là "Chân Như Niệm"

Vô Tướng đây chính là Vô tướng không rời hữu tướng

Vô Trụ đây là: Vô Tâm trần lao, vô Tâm phân biệt, vô Tâm vọng tưởng, vô Tâm tập khí…

Có như thế mới chính là "Tính Không Tịch Diệt", chính là cái thể của Diệu Hữu, tức "Chân Không Diệu Hữu" (***Chân Không*** không rời ***Diệu Hữu*** và ***Diệu Hữu*** không rời ***Chân Không***)

Thiền Sư Duy Lực luôn luôn dạy:

"Vô sở đắc, vô sở cầu, vô sở sợ" "**siêu việt Vô**"

Có rất nhiều người thắc mắc hỏi các vị Thiền Sư rằng:

Thầy đã Ngộ Đạo chưa?
Ngài đã chứng Đạo chưa?
Cô đã Đắc Đạo chưa?

Các vị ấy, nếu là Thiền Sư thứ thật thì đều trả lời rằng:

Thưa, chưa ạ!	(Vì là Tự Tính Không, Tự Tính Ly, Tự Tính Vô Sinh nên Bất Khả Đắc)	"siêu việt Vô"
Thưa, tôi không ngộ ạ!		
Tôi chưa chứng đắc ạ!		

Sở dĩ các Ngài trả lời như thế vì với những chữ **Chưa**, chữ **Không** của các Ngài đều là nghĩa tối thượng, là nghĩa của "**Siêu Việt Không**", là Tính "**Không**" luôn luôn phát huy cái Dụng Thấy, Nghe, Hay, Biết, tức cái Diệu Hữu và sự Nhiệm Mầu hiện hữu cũng là toàn thể muôn loài muôn vật.

Nói một cách khác: "**Chân Như** vốn **Không** mà hiển bày **Sự Dụng**" nên mới gọi là "**Chân Không Diệu Hữu**".

Vạn Pháp là Dụng của Chân Như
Chân Như là Thể của Vạn Pháp

Bát Nhã Tính Không
hay hiển thị Tướng Thế Gian
(*Bát Nhã Tính Không là Thể,
hiển thị Tướng Thế Gian là Dụng*)

Diệu Hữu (*Vạn Pháp*) là Dụng của Chân Như
Chân Như là Thể của Diệu Hữu (*Vạn Pháp*)

Trí Tuệ là Dụng của Chân Như Tự Tính
Chân Như Tự Tính là Thể của Trí Tuệ
(*Trí Tuệ là cái Dụng, không qua bộ óc*)

Chân Như là **Thể** của Niệm
Niệm là **Dụng** của Chân Như

(*Niệm này là Chân Như Niệm!
Chứ không phải là cái Niệm liên tục
của Tâm Thức Vọng Tưởng.*)

Bởi thế cho nên: Thể, Dụng đồng thời, đồng lúc, không bao giờ phân chia, như thế mới không rơi vào Tương Đối. Nếu Thể, Dụng mà rời nhau thì không phù hợp với Bát Nhã Tính (Tự Tính Bất Nhị, Phật Pháp Bất Nhị).

Do vậy mà chữ "**Không**", chữ "**Vô**" trong Bát Nhã Tâm Kinh, cũng như trong tất cả Kinh Liễu Nghĩa của Đức Phật đều là cái "**Vô**", "**Tính Không**" rốt ráo, đều là "**Tính Không**" đầy đủ diệu dụng, "**Tính Không**" vi diệu nhiệm mầu, chính là Tính

"Siêu Việt Không". "Tính Không vi diệu" này vốn sẵn có trong chúng ta và trong muôn loài, muôn vật, nhưng vì tâm thức vô minh là cái Tâm Sinh Tử kiên cố, sâu dầy của chúng ta che lấp hết. Chỉ khi nào chúng ta nỗ lực, thiết tha tu hành chân chính với một trong những phương pháp rốt ráo nhất của Đức Phật thì mới phá nổi màn vô minh hãi hùng ấy, để "Tính Không vi diệu" sẵn đó, ló rạng ra tương ứng với mức độ công phu miên mật của từng hành giả, tự động là nhân nào quả đó.

Công phu lơ là thì không được một kết quả gì.

Công phu miên mật thì sẽ chọc thủng được màn vô minh tương ứng với sự miên mật của hành giả.

Nếu công phu miên mật không ngừng nghỉ tức là công phu đến tột độ, thì màn vô minh sẽ phải tàn lụi dần dần, để tự động "Tính Không nhiệm mầu" ló rạng tương ứng với mức độ tột cùng của công phu.

Đúng như thế, cái Tâm Thức Vọng Tưởng của chúng ta bị soi mòn đến cỡ nào, thì **Chân Không Diệu Hữu** (Trí Tuệ) của chúng ta sẽ hiện hữu y cỡ đó. "Tính Không nhiệm mầu "này tự động phát huy cái dụng, cho nên **Tính Không** hé mở chừng nào thì cái dụng của nó cũng hé mở chừng ấy; **Tính Không** vô ngần mé thì Diệu Dụng cũng vô ngần mé; do vậy mà không thời gian, không không gian, không số lượng, không biên giới... Thế mới đích thị là "Tính Không vi diệu, nhiệm mầu", là **Chân Không Diệu Hữu**, là **Pháp Giới Tính**, là **Phật Tính**!

Với nghĩa siêu việt ấy, trong "Bửu Tạng Luận" của đại sư Tăng Triệu đã dạy:

Vô Thân mới là Đại thân, tức Thân vô ngần mé!
Ba La Mật Đa Thân, Vô Vi Thân, tức Thân Phật!
(Nhưng đừng chấp thật mới là Thân Bát Nhã Ba La Mật)

"siêu việt Vô"

Vô sở đắc, **Bất Khả Đắc** mới là chính đắc,
tức Vô **Vi Đắc**!
*Như vậy mới không có Năng Thân/Sở thân,
không có Tướng Đắc!*

"siêu việt Vô"

Khi Thế Tôn sắp Nhập Niết Bàn, Ngài Văn Thù thỉnh Phật tái chuyển pháp luân. Thế Tôn quở rằng: "Văn Thù, Ta 49 năm trụ thế, chưa từng thuyết một chữ! Nay ngươi thỉnh ta tái chuyển pháp luân, vậy cho là ta đã từng chuyển pháp luân sao?"

"siêu việt Không"

1. Kinh Kim Cang

Đức Phật hỏi ngài Tu Bồ Đề trong đoạn **Cứu Kính Vô Ngã**:

Tu Bồ Đề, ý ngươi thế nào? Như Lai ở nơi Phật Nhiên Đăng có đắc pháp Vô Thượng Chính Đẳng Chính Giác không?

Tu Bồ Đề trả lời:

"Bạch Thế Tôn không ạ, theo con hiểu nghĩa của Phật nói, Như Lai ở nơi Phật Nhiên Đăng thật chẳng có đắc pháp Vô Thượng Chính Đẳng Chính Giác".

Phật dạy:

"Tu Bồ Đề, Như Lai thật chẳng đắc pháp Vô Thượng Chính Đẳng Chính Giác. Tu Bồ Đề, nếu Như Lai có đắc pháp Vô Thượng Chính Đẳng Chính Giác thì Phật Nhiên Đăng chẳng thọ ký cho ta rằng: Về đời sau ngươi sẽ được thành Phật, hiệu là **Thích Ca Mâu Ni**."

"siêu việt Không"

1. Phẩm **Hóa Vô Sở Hóa**

Tu Bồ Đề! Các ngươi chớ cho Như Lai có nghĩ rằng "Ta phải độ chúng sinh". Tu Bồ Đề, đừng nghĩ vậy, tại sao? Thật chẳng có chúng sinh mà **Như Lai** độ. Nếu nói **Như Lai** có độ chúng sinh, thì **Như Lai** mắc vào bốn tướng: Ngã, Nhân, Chúng Sinh, Thọ Giả.

Tu Bồ Đề, Như Lai nói **Có Ngã** tức **Phi Ngã**, mà phàm phu chấp là **Có Ngã**! Tu Bồ Đề, **Như Lai** nói: "**Phàm Phu tức Phi Phàm Phu, thị danh Phàm Phu**" (*nghĩa ba câu*).

"siêu việt Không"

2. Phẩm **Oai Nghi Tịch Tịnh**

Tu Bồ Đề, nếu có người nói rằng "**Như Lai** hoặc đến, hoặc đi, hoặc ngồi, hoặc nằm" thì người ấy chẳng hiểu được ý nghĩa lời ta nói. Tại sao? Vì **Như Lai** chẳng từ đâu đến, cũng chẳng đi về đâu nên gọi là **Như Lai**.

"siêu việt Không"

3. Phẩm **Vô Đoạn Diệt**

Phật dạy Tu Bồ Đề:

"Tu Bồ Đề, nếu ngươi nghĩ rằng **Như Lai** vì chẳng nhờ tướng đầy đủ, mới đắc Vô Thượng Chính Đẳng Chính Giác thì chẳng đúng! Vì nếu ngươi nghĩ thế thì người phát tâm **Vô Thượng Chính Đẳng Chính Giác** là trực tiếp nói các pháp đoạn diệt sao? Thật ra **Tâm Chính Đẳng Chính Giác** là **Tâm** không hề có tướng đoạn diệt bao giờ!"

"siêu việt Vô"

Kinh Duy Ma Cật

Ngài Duy Ma Cật dạy

Từ gốc Vô Sở Trụ lập tất cả các pháp

"siêu việt Vô"

Vẫn **Kinh Duy Ma Cật**. Trong phẩm "**Nhập Pháp Môn Bất Nhị**":

Khi Ngài Văn Thù Sư Lợi hỏi Duy Ma Cật rằng: "Thế nào là Nhập Pháp Môn Bất Nhị của Bồ Tát?" **Ngài Duy Ma Cật** chỉ im lặng không trả lời gì hết! Do vậy mà Ngài Văn Thù mới tán thán rằng: "Lành thay! Lành thay! Cho đến chẳng có văn tự, lời nói mới là Chân Nhập Pháp Môn Bất Nhị!"

"siêu việt Không"

Thế đấy, chữ "**Không**" của nhà Phật Siêu Việt là thế! Cho nên hầu hết các Kinh Phật Liễu Nghĩa đều nói đến "Ba La Mật" như:

- Bát Nhã Ba La Mật Đa để siêu việt **Sắc/Không**

- Nói đến Kim Cương Ba La Mật Đa để Siêu Việt bốn tướng Ngã, Nhân, Chúng Sinh, Thọ Giả.

- Nói đến Ưng Vô Sở Trụ thì mới sinh kỳ Tâm là thế!

- Sở dĩ các kinh nói đến: Vô Thượng, Vô Vi, Vô Thỉ, Vô Sở Trụ… là để thể hiện cái "**Không**" vi diệu nhiệm mầu! Và cũng là thể hiện cái **Xuất Thế mà vẫn là Nhập Thế**. với "**Tính Không**" này thì bộ óc hạn hẹp của Thế Gian không thể nào nghĩ và bàn luận gì được.

Cho nên:

Sự chứng đắc Ba La Mật
Bố thí Ba La Mật
Làm việc Ba La Mật
Cứu người, giúp người Ba La Mật
} **"siêu việt Không"**

thì hoàn toàn ngược lại với cái không của đoạn diệt, tức cái không của Tâm Thức Nhị Biên Tương Đối, luôn luôn chấp: Thật/Giả, Có/Không, Sinh/Tử; cái không này chỉ là cái không giới hạn và chướng ngại mà thôi.

Tóm lại, Đức Phật dạy chúng ta Tu để được ra ngoài sinh tử, ra ngoài phiền não khổ đau, nói nôm na là Tu để thành Bồ Tát, thành Phật, như Đức Phật đã dạy:

Ta là Phật đã thành
Chúng sinh là Phật sẽ thành

Sự thật Đức Phật dạy về ý nghĩa Siêu Việt của Bát Nhã Tâm Kinh là để:

Trước hết chúng ta, hãy tu thành Phật đã!
Rồi sau mới được nói là: "Không có Phật để thành!"

"siêu việt Không"

Tức là:

Phải nói **Có** đã, rồi hãy nói **không**!

Có như thế chúng ta mới hiểu đúng mạch Kinh Bát Nhã, và cũng là đúng Liễu Nghĩa của các Kinh trọng yếu đã dạy cho chúng ta am tường về cái "**Siêu Việt Có/Không**", tức là cái "**Có/Không Tích Cực**" hầu chúng ta không lầm lẫn với cái "Có/Không Tiêu

Cực", là cái Có/Không của tương đối chấp thật có Năng, có Sở, có sống, có chết.

Do đó sự tu hành cần có trí tuệ để hiểu rốt ráo về Phật Pháp. Nếu chúng ta hiểu sai ý Kinh thì kết quả của sự tu hành cũng sẽ sai và chẳng được cái gì cả.

Ý nghĩa chữ "sắc sắc... không không... có có... không không..." này của nhà Phật rất là tuyệt siêu, sâu sắc, nhiệm mầu và vi diệu! Không có cái gì có thể tả cho hết được...

Chúng ta khổ công tu hành không phải để thành những vị Bồ Tát, những vị Phật hoàn toàn vô tướng và ở nơi vô tướng! Đó là những vị Bồ Tát, những vị Phật chết!

Quả thật là như vậy, nếu chúng ta cứ ngoan cố, bướng bỉnh, gàn dở mà tác ý để chỉ hiểu về **Sắc/ Không** một chiều tiêu cực theo Tâm Ý Thức của mình thì vô tình, chúng ta đã tự đưa chính mình vào cái Có/Không của: đoạn diệt, sinh tử, luân hồi thật sự.

PHẦN I • Kỳ VI • Bát Nhã Tính Không

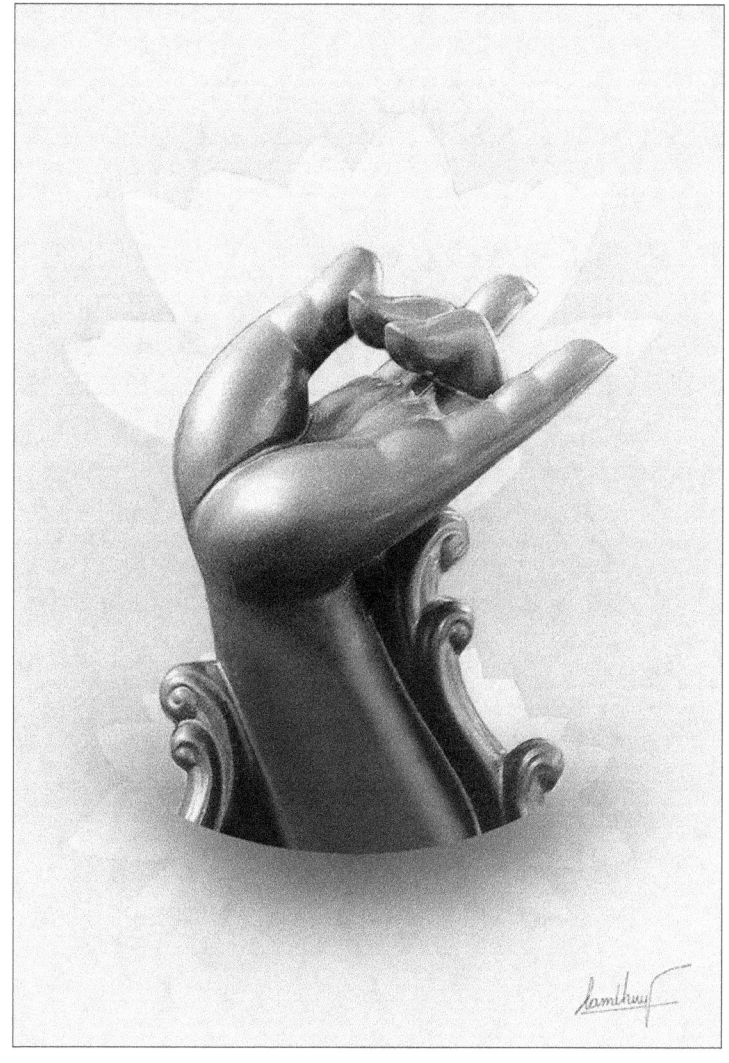

Tranh Phụ Bản: Họa Sĩ Lam Thủy

Kỳ VI

Bát Nhã Tính Không

Sau khi chúng ta đã hiểu tường tận về nghĩa siêu việt **Có**, siêu việt **Không** của Bát Nhã Tâm Kinh là phần khá phức tạp, rất khó hiểu và nay trước khi trở về nguyên cả bài "Kinh Bát Nhã" 260 chữ với các chi tiết từng chữ, từng phần, từng đoạn, thì chúng ta hãy ôn sơ lại vài Kinh dưới đây để nhắc nhở về cái Diệu Nghĩa của **Bát Nhã Tính Không**, cũng không có khác gì Diệu Nghĩa của nhiều Kinh Liễu Nghĩa đều chỉ thẳng Phật Tính của chúng ta và của muôn loài, muôn vật ngay đây là đã tự động chứng minh vạn Pháp hiện hữu đều là "Xuất Thế mà vẫn Nhập Thế"

1/ Đức Phật dạy:

"**Thiên Thượng, thiên hạ, duy Ngã độc tôn**"

(Tức là Trên trời, dưới đất, toàn vũ trụ đều chỉ là Chân Như Phật Tính.)

2/ Hoa Nghiêm Kinh Đức Phật dạy:

"Nhất Thiết Duy Tâm tạo"

(Tức là Vạn Pháp đều duy Tâm Phật tạo dựng nên.)

3/ Pháp Hoa Kinh Đức Phật dạy:

"Thị Pháp trụ Pháp Vị
Thế Gian thường trụ Pháp"

(Vạn Pháp: ngôi vị nào, trụ y ngôi vị đó tại thế gian đều là thường trụ Pháp.)

Đúng thế: **"Phật Pháp** không rời **Thế Gian Pháp"**!

4/ Duy Ma Cật Kinh dạy:

"Từ gốc vô sở trụ lập nên tất cả các Pháp…"

(Vô sở trụ là Phật Tính! Câu này cũng không khác gì câu:

"Nhất Thiết duy Tâm tạo" *Hay câu:* **"Vạn pháp duy Tâm."**)

Vì vậy mà nghĩa của **Bát Nhã Tâm Kinh** chính là nghĩa trực chỉ, chỉ thẳng rằng: Toàn vũ trụ vạn vật mười phương, tám hướng đều là: Tự Tính Không, Tự Tính Bất Nhị, Tự Tính Vô Sinh, Tự Tính Ly, Tự Tính Bát Nhã, Phật Tính. (Y chỉ bộ Kinh Ma Ha Bát Nhã Ba La Mật).

Do đó:

Vạn Pháp tự là Tính Bất Nhị
Nên Phật Phật bất nhị! Pháp Pháp bất nhị!
Vạn Pháp tự là Tính Vô Sinh
Nên Vạn Pháp đều bất sinh bất diệt!

Vạn Pháp tự là Tính Ly
Nên Vạn Pháp không dính dáng gì đến mọi phiền não của Vọng Tâm Thức
vì Tính Ly chính là Phật Tính

Thế cho nên, vạn Pháp đều vô sở trụ, đều vô ngại, đều không một mảy may dính dáng gì đến cái Tâm Nhị Biên Tương Đối, cứ bầy vẽ điên đảo với mọi gán ghép, đặt tên, đặt tuổi, ngăn chia khoảng không gian, giới hạn khoảng thời gian, cùng là cho số lượng nặng/nhẹ vào Vạn Pháp.

Cũng vì:

Vạn Pháp vốn là **Tự Tính Không, Tự Tính Bất Nhị** nên tự động Vạn Pháp đều là:

Sắc tức thị **Không, Không** tức thị **Sắc**
Sắc chính là **Không, Không** chính là **Sắc**

(**Sắc** là vạn hữu có hình tướng, cũng là vạn Pháp hiện hữu

Không là Tính Bất Nhị, chính là câu Kinh:
"Bát Nhã Ba La Mật hay hiển thị Tướng Thế Gian".)

Sắc/Không đều không sai biệt!

Nên dĩ nhiên

Tự siêu việt Hữu/Vô
Tự siêu việt Có/Không   } Vì đồng đều không sai biệt!
Tự siêu việt Vạn Hữu/Vạn Vô

Cốt tủy của Vạn Pháp là như thế.

Với Bát Nhã vi diệu, nhiệm mầu siêu việt Có/

Không, siêu việt Vạn Hữu/Vạn Vô ấy, cũng y như Kinh Lăng Nghiêm đều có cùng nghĩa là: Khi đối diện với muôn cảnh vật hiện hữu trước mắt thì chúng ta phải hiểu là:

"Tất cả chỉ dường như Có mà không phải thật Có, dường như Không mà không phải thật Không!" Vì vạn pháp đều do Tâm tạo, nên mới ẩn ẩn, hiện hiện; hiện hóa, hóa hiện! Do vậy, chúng ta không thể nào dùng Tâm Thức Phân Biệt mà chấp là có thật cảnh giới, cũng như "Thân Tâm" hiện hữu của chúng ta là có thật hay không có thật trong nghĩa tiêu cực là vô thường, hay thường hằng.

Bởi thế mà chúng ta mới hiểu được "Trước muôn cảnh vật Sắc/Không tức Vạn Pháp, đều là do Bát Nhã Tính hóa hiện" thì tự động Vạn Pháp là bất nhị và Vạn Pháp chỉ là **Một Tính** cho nên:

- Sắc là Không, Không là Sắc
- Tính là Tướng, Tướng là Tính
- Vô Tướng là Hữu Tướng, Hữu Tướng là Vô Tướng
- Hữu là Vô, Vô là Hữu
- Vạn Hữu là Vạn Vô, Vạn Vô là Vạn Hữu
- Có là Không, Không là Có

Đó chính là Bát Nhã Tính vốn như như, bình đẳng, hai cái **Sắc/Không** chẳng khác biệt nhau và không hề rời nhau bao giờ. Có như thế mới là:

Trí Tuệ Bát Nhã, Thật Tướng Bát Nhã!

Xin nhắc lại, đó là Chân Lý vốn "Xuất Thế mà vẫn Nhập Thế"! Đức Phật đã thuyết giảng trong 22 năm, mục đích là trực chỉ khai ngộ chúng ta qua bộ Kinh dài "Bát Nhã Ba La Mật Đa Tâm Kinh". Những yếu chỉ của Bộ Kinh này đã được tóm thu rất súc tích và tài tình vỏn vẹn trong 260 chữ mà chúng ta thường tụng hàng ngày.

Tại đây rất cần thiết xin được nhắc nhở lại chữ **"Vô"** ở trong Kinh này. Như đã trình bầy rất chi tiết và rất cẩn trọng ở Bài Bát Nhã số V, chữ **"Vô"** ở đây là **"Vô Siêu Việt, Vô Nhiệm Mầu!"** nên nghĩa của nó rất tích cực, vẹn toàn không thiếu, không dư!

Bởi lẽ ấy, xin đừng bao giờ hiểu lầm chữ **"Vô"** ở Kinh này với nghĩa Tiêu Cực, nghĩa một chiều để bị rơi vào cái đoạn diệt, rỗng không.

Ma Ha Bát Nhã Ba La Mật Đa Tâm Kinh.

Quán Tự Tại Bồ Tát hành thâm Bát Nhã Ba La Mật Đa thời, chiếu kiến Ngũ Uẩn giai Không, độ nhất thiết khổ ách.

Xá Lợi Tử! Sắc bất dị Không, Không bất dị Sắc; Sắc tức thị Không, Không tức thị Sắc; Thọ, Tưởng, Hành, Thức diệc phục như thị.

Xá Lợi Tử! Thị chư Pháp không tướng: bất sinh, bất diệt, bất cấu, bất tịnh, bất tăng, bất giảm. Thị cố, không trung vô Sắc, vô Thọ, Tưởng, Hành, Thức; Vô nhãn, nhĩ, tỷ, thiệt, thân, ý; Vô sắc, thinh,

hương, vị, xúc, pháp; Vô nhãn giới, nãi chí Vô ý thức giới; Vô vô minh, diệc vô vô minh tận; Nãi chí Vô lão tử, diệc Vô lão tử tận; Vô khổ, tập, diệt, đạo; Vô trí, diệc Vô đắc.

Dĩ Vô sở đắc cố, Bồ Đề Tát Đỏa y Bát Nhã Ba La Mật Đa cố, tâm vô quái ngại, Vô quái ngại cố, Vô hữu khủng bố, viễn ly điên đảo mộng tưởng, cứu cánh Niết Bàn.

Tam thế Chư Phật y Bát Nhã Ba La Mật Đa cố, đắc A Nậu đa la tam miệu tam bồ đề. Cố tri Bát Nhã Ba La Mật Đa thị đại thần Chú, thị đại minh Chú, thị vô thượng Chú, thị vô đẳng đẳng Chú, năng trừ nhất thiết khổ, chân thật bất hư.

Cố thuyết Bát Nhã Ba La Mật Đa Chú, tức thuyết Chú viết:

"Yết đế, yết đế, ba la yết đế, ba la tăng yết đế, Bồ đề tát bà ha."

Tới đây, chúng ta bắt đầu "**Nguyện giải Như Lai chân thật nghĩa**" của bài Kinh trên với chi tiết từng chữ, từng câu, từng đoạn theo y chỉ của bộ Kinh "Ma Ha Bát Nhã Ba La Mật".

Ma ha:

Là đại, là to lớn mênh mông không ngằn mé (có nghĩa bao hàm toàn thể vũ trụ vạn vật, bao hàm Ba Cõi cùng khắp mười phương tám ướng).

Bát Nhã:

Là Trí Tuệ Phật, cũng là Trí Tuệ sẵn có của chúng ta khi hết vô minh và hiểu Phật Pháp rốt ráo.

Ba La Mật:

Là Đáo Bỉ Ngạn, tức vượt qua bờ bên kia là bờ giải thoát phiền não sinh tử; còn có nghĩa nữa là tuyệt đối viên mãn thanh tịnh, tịch tĩnh, tịch diệt (Tâm Vô Sở Trụ).

Đa:

Chỉ là tiếng đệm, không có nghĩa.

Thật ra, **Ma ha Bát Nhã Ba La Mật Đa** là Tự Tính Bát Nhã, cũng chính là Phật Tính.

Đoạn I:

Ngay đoạn đầu của Bài Kinh 260 chữ, Đức Phật đã trực chỉ dạy rằng **Thân Tâm** của chúng ta chính là **Tự Tính Bát Nhã**:

> Quán Tự Tại Bồ Tát hành thâm Bát Nhã Ba La Mật Đa thời,
>
> chiếu kiến Ngũ Uẩn giai Không, độ nhất thiết khổ ách.

Giải Nghĩa Đoạn I:

Ngài Quán Tự Tại Bồ Tát mà cũng chính là chúng ta. Với con mắt **Bát Nhã** đã hành thâm, tức là nhìn sâu, nhìn thông suốt thì thấy toàn "Thân Tâm Ngũ Uẩn" của chúng ta đều là giai **Không**! **Không** ở đây, không phải là cái không Tiêu Cực, là cái không trống rỗng, không có cái gì cả. Trái lại trong nghĩa trực chỉ thì tự **Ngũ Uẩn** đã chính là cái **Không** Tích Cực! Tức Cái **Không** của **Bát Nhã Tính**. Vì vậy:

- Tự Thân Tâm **Ngũ Uẩn** không rời **Tự Tính Bát Nhã** nên Tính/Tướng không rời nhau.

Tính là Bát Nhã Tính
Tướng là Thân Tâm **Ngũ Uẩn**

- Tự Thân Tâm **Ngũ Uẩn** không rời **Tự Tính Không**, **Tự Tính Bất Nhị**, nên

Thân/Tâm bất nhị.

Do vậy mà:
Sắc tức thị **Không**
tức là:
Ngũ Uẩn tức thị **Không**

Không tức thị **Sắc**
tức là:
Không tức thị **Ngũ Uẩn**

- Tự Thân Tâm **Ngũ Uẩn** không rời **Tự Tính Vô Sinh** nên Tính/Tướng bất sinh, bất diệt, tức là Tính/Tướng Ngũ Uẩn bất sinh bất diệt.

- Tự Thân Tâm **Ngũ Uẩn** không rời **Tự Tính Ly** nên Tính,Tướng vô sở trụ, tức là "Tính,Tướng Ngũ Uẩn" không dính dáng gì đến Tâm Vọng Tưởng, vì Tính,Tướng Ngũ Uẩn vốn dĩ là **Tâm Vô Sở Trụ**.

Ngũ Uẩn giai Không, Tích Cực như thế nên mới độ được nhất thiết khổ ách.

Chú Ý: Với những Hành Giả đang công phu bằng cách Tham Thiền thì:

Ngài Quán Tự ở đây cũng chính là chúng ta hiện đang hành thâm Bát Nhã; Có nghĩa là đang tham thiền bằng Thức Số Bảy, tức sự tập trung kịch liệt bằng Con Mắt Tâm để nhìn thật sâu, nhìn thông suốt, thì chỉ thấy có một cái Vô Niệm, chính là Chân Như Niệm đang âm thầm, tĩnh lặng, nhận biết từng hơi thở vào, từng hơi thở ra... hoặc nhận biết rõ ràng, minh bạch từng câu Thoại Đầu hay từng câu Công Án mình đang tham (tức là đang hỏi). Đó gọi là công phu.

Đoạn II:

Đức Phật trực chỉ dạy về vạn Pháp đều vừa là **Sắc** cũng vừa là **Không** và Thân Tâm Ngũ Uẩn của chúng ta cũng y vậy, vạn pháp đều là Tự Tính Không, là Tự Tính Bất Nhị, là Tự Tính Bát Nhã:

> **Xá Lợi Tử: "Sắc bất dị Không, Không bất dị Sắc; Sắc tức thị Không, Không tức thị Sắc; Thọ, Tưởng, Hành, Thức diệc phục như thị."**

Giải nghĩa đoạn II:

Cũng vì toàn thể các Pháp trong Vũ Trụ Vạn Vật và toàn Thân Tâm Ngũ Uẩn (Sắc, Thọ, Tưởng, Hành, Thức) là: Tự Tính Không, Tự Tính Bất Nhị, Tự Tính Vô Sinh, Tự Tính Ly. Đó chính là Tính Bát Nhã tự như thế, nên **Sắc /Không** chẳng thể tách rời nhau. Vì vậy mà:

Sắc bất dị **Không, Không** bất dị **Sắc**

Tức là:

Sắc tức thị **Không**, **Không** tức thị **Sắc**

Thọ, Tưởng, Hành, Thức cũng đều bất dị **Không**
Không cũng đều bất dị Thọ, Tưởng, Hành, Thức

Tức là:

Thọ, Tưởng, Hành, Thức chính là **Không**
Không cũng chính là Thọ, Tưởng, Hành, Thức.

Sự thật thì:

Cái **Sắc**, cái **Không**, cũng như cái **Có**, cái **Không** của Kinh Bát Nhã trong đoạn I và II này, thấy như rất giản dị về "trực chỉ", nhưng thật ra lại rất là phức tạp, rất khó hiểu, nên nhiều người bị lầm lẫn, là chỉ quan trọng đến cái **Không** cho là cao, là tuyệt đối, mà quên đi cái **Sắc**! Cũng như chỉ chú trọng đến cái **Tâm** mà quên đi cái **Thân**.

Do vậy trong bài này chúng tôi xin phép tạm ngưng trong vài trang giấy để giải thích về cái **Sắc**, cho nên chưa tiếp tục vào được đoạn III của bài "Bát Nhã Tâm Kinh" 260 chữ ; bởi vì đoạn II này của bài **Kinh Bát Nhã** đang nói về:

Sắc bất dị **Không**, **Không** bất dị **Sắc**

Mà cái **Sắc** là cái tuyệt đối quan trọng, cho nên trong đoạn II này chúng tôi sẽ đi sâu và giải thích rất dài trong vài trang về cái **Sắc** thì mới có thể diễn nghĩa đầy đủ về sự sâu sắc của nó! Vì khi "Ngộ Đạo" <u>chính là **Ngộ** về cái **Sắc**</u> ấy, đó là sự thật! Cho nên cái

Sắc quan trọng vô cùng... mà không hiểu tại sao, rất nhiều người coi thường và quên hẳn nó! Thì đấy là nguyên nhân của vô minh đã làm nên phiền não sinh tử, bởi có ai ngờ được rằng cái **Sắc** cũng quan trọng y hệt như cái **Không** của **Bát Nhã Tính Không!** Nhưng trước khi nói về cái **Sắc** đó, thì chúng ta phải tuần tự "theo Y Chỉ của bài Bát Nhã Tâm Kinh 260 chữ" là trước hết, chúng ta nên hiểu rõ về "Tính Không" đã.

Khi nói về "Tính Không" thì đại khái là ai cũng biết **Tính Không** có rất nhiều tên gọi; đó là do người đời đã gán đặt, để cho chúng ta tạm hiểu về Tính ấy. **Tính Không** có những tên: Chân Như, Phật Tâm, Tính Thấy, Tính Nghe, Tính Hiểu Biết, Tự Tính, Tự Tính Bát Nhã, Phật Tính v.v...

Tuy là ai cũng biết tên của **Tính Không** như thế, nhưng hầu hết chúng ta chỉ biết một cách lơ mơ, hoặc chưa đủ duyên để hiểu rốt ráo về các đặc tính của **Tính** ấy.

Thật ra, Chân Thật Nghĩa của **Tính Không** thì cũng giản dị thôi. Chúng tôi mạn phép tạm vạch rõ ra là **Tính Không** chỉ có hai phần cốt tủy mà chúng ta đừng bao giờ quên, vì đấy là nghĩa "Trực Chỉ" tối quan trọng trong **Bát Nhã Tâm Kinh**.

Vậy chúng ta hãy tạm gọi hai phần cốt tủy ấy là hai chiếc "Chìa Khóa" hoặc là hai "Phương Trình" để dễ nhớ, dễ hiểu về Tự Tính Bát Nhã của chính mình và của Vạn Pháp.

Phương Trình thứ nhất

Nói về **Tính Không vi diệu:**

Tính Không vi diệu là Tính Siêu Việt Nhiệm Mầu của Bát Nhã Tính theo đúng y chỉ của bộ Kinh Ma Ha Bát Nhã Ba La Mật là:

Tự Tính **Không**
Tự Tính **Bất Nhị**
Tự Tính **Vô Sinh**
Tự Tính **Ly**

Trong Tính này tự động có cái ẩn ẩn mà lại hiện hiện… nên nó mới tự tịnh, tự định, mà tự chiếu tỏa vạn Pháp là thế! Tự nó có Tứ Vô Lượng Tâm (Từ, Bi, Hỷ, Xả); tự nó là Trí Tuệ siêu việt (Trí Tuệ Bát Nhã); tự nó có lòng Đại Từ Đại Bi; tự nó có Tính Bình Đẳng tuyệt đối… Tự nó có cái công năng linh động khôn lường; cái năng lực tuyệt đối vi diệu. Sự vận hành của nó luôn luôn tự nhận chân; tự điều động; tự phân biệt; tự giải quyết muôn điều, muôn việc, từ việc nhỏ cho chí việc lớn đều thiên biến vạn hóa tuyệt đối chu đáo, tuyệt đối hoàn hảo mà không phải cố ý hay suy nghĩ gì cả! Thật chẳng thể nghĩ bàn, chỉ vì Tự Tính ấy ra ngoài bộ óc thường tình của Thế Gian.

Vậy, cái không thể nghĩ bàn đó là cái gì mà siêu việt đến thế?

Xin thưa, đó là Phật Tính sẵn có trong muôn loài vũ trụ vạn vật đang hiện hữu ngay trước mắt chúng ta, ngay trong Tam Giới, cùng khắp mười phương, tám hướng.

Phương Trình thứ hai

Nói về vạn **Sắc Tướng** nhiệm mầu:

Sắc tức thị **Không**,
Không tức thị **Sắc**

Bát Nhã Tính còn có Tính siêu việt trực chỉ về toàn thể vạn Pháp, muôn loài muôn vật, trong mười phương tám hướng, trong vũ trụ hiện hữu là nơi chúng ta đang hiện sống... Tất cả đều không ngoài cái **Sắc** và cái **Không** tích cực, vô cùng vi diệu, nhiệm mầu. Đó chính là Đệ Nhất nghĩa "xuất thế mà vẫn nhập thế" của Sắc/Không rất thực tế đang hiện hóa, hóa hiện từng sát na ngay trong từng người chúng ta cũng như trong muôn loài, muôn vật...

Xuất thế là **Tính Không** vi diệu,

Nhập thế là vạn **Sắc Tướng** nhiệm mầu hóa hiện.

Xuất thế là **Tính** vi diệu,

Nhập thế là **Tướng** nhiệm mầu hóa hiện.

Cho nên Sắc/Không hay Tướng/Tính hay hữu hình/vô hình cũng đều đồng nghĩa Bất Nhị. Do vậy mà:

Sắc tức thị **Không**, **Không** tức thị **Sắc**
Tướng là **Tính**, **Tính** là **Tướng**
Hữu Hình là **Vô Hình**, **Vô Hình** là **Hữu Hình**
v.v...

Chúng ta tạm nhờ vào hai quy tắc vừa kể ở trên là hai chiếc "Chìa Khóa", cũng là hai "Phương Trình", để có thể hiểu rốt ráo về nghĩa Bất Nhị của vạn Pháp, cũng là vạn **Sắc Tướng** tại Thế Gian, cho nên chúng ta đã theo đúng y chỉ Bát Nhã Tâm Kinh để làm sao chứng minh rằng các **Sắc Tướng** cũng chính là **Pháp Bất Nhị** và cũng quan trọng y như cái **Không** trong **Bát Nhã Tính Không**.

Cái **Sắc** ở trong Bát Nhã Tâm Kinh rất khó hiểu, rất phức tạp nhưng lại vô cùng quan trọng, nên chúng tôi đã nhắc nhở sơ ở trên là cần được giải thích thật rõ ràng và thật chi tiết về các **Sắc Tướng** đó... bởi vì đó là những **Sắc Tướng** mà mọi người thường hay nhầm lẫn, thường hay bỏ quên vì quá coi thường bởi sự Vô Minh nên thường chấp rằng các **Sắc** ấy chỉ là Thế Gian Pháp, nên chúng vô thường, chúng ô nhiễm, chúng chính là những nguyên nhân của sự phiền não, khổ đau và sự sống chết.

Có biết đâu, theo y chỉ của Bát Nhã Tính Không, cũng như những Kinh đã được chứng minh ở trên thì vạn **Sắc Tướng** đó, cũng chính là vạn Pháp Bất Nhị "Nhập thế mà vẫn xuất thế", vô thường mà vẫn thường, do đó:

Sắc chính là **Không**, **Không** chính là **Sắc**
Sắc chẳng khác **Không**, **Không** chẳng khác **Sắc**

Vậy:

    Sắc, Không chẳng phải hai
    Tướng, Tính y một

Cho nên:

Tính Không thế nào thì **Sắc** cũng y như thế ấy! Chúng ta cũng nên hiểu rằng **Tính Không** này chính là **Chân Không Diệu Hữu** chứ không phải cái không đoạn diệt, là cái không sinh tử! Cũng xin đừng quên **Sắc** ở đây là vạn Pháp, cũng chính là **Diệu Hữu**.

Đó chính là trực chỉ của **Bát Nhã Tâm Kinh**, mà tôi đã mạn phép tạm gọi như trên, là hai "Phương Trình" hay hai chiếc "Chìa Khóa", là hai phần trực chỉ cốt tủy của "Bát Nhã Tâm Kinh".

Tại đây, lại xin được giải thích chi tiết thêm về chiếc **Chìa Khóa Thứ Hai**, hay **Phương Trình Thứ Hai** theo bộ kinh "Bát Nhã Ba La Mật Đa"; đặc biệt **Phương Trình Thứ Hai** này, chú trọng về giá trị của cái **Sắc** cũng như giá trị của cái **Không**, cả hai cái **Sắc/Không** ấy, giá trị như nhau và không hề rời nhau bao giờ. Xin nhấn mạnh một lần nữa, đó là Phương Trình Thứ Hai:

- Nếu **Sắc** mà thiếu **Không** thì không phải là **Chân Sắc**.

  Vì Tự Tính Bát Nhã là Tính Không, là Chân Không Diệu Hữu, nên **Sắc** là **Tính Không**, là **Chân Không Diệu Hữu**.

- Nếu **Sắc** mà không **Bất Nhị** thì không phải là **Chân Sắc**.

  Vì Tự Tính Bát Nhã là Bất Nhị nên **Sắc** đương nhiên là Bất Nhị.

- Nếu **Sắc** mà không Vô Sinh, không Vô Diệt thì không phải là **Chân- Sắc**.

  Vì Tự Tính Bát Nhã là Vô Sinh, là Vô Diệt, nên **Sắc** cũng Vô Sinh, cũng Vô Diệt.

- Nếu **Sắc** mà không **Ly** thì không phải là **Chân- Sắc**.

Vì Tự Tính Bát Nhã chính là **Tính Ly**, tự động không dính dáng gì đến mọi trần lao, mọi phiền não của Tâm Thức Vọng Tưởng! Vì **Thân Tâm** vốn Nhất Như nên vẫn đó, vì vậy **Sắc** đương nhiên là **Ly** và **Ly** chính là

Tính Vô Sở Trụ,
nên **Sắc** cũng là **Tính Vô Sở Trụ**,

Chúng ta cũng có thể nói vắn tắt cho gọn hơn về Tự Tính Bát Nhã như sau cho dễ nhớ:

Nếu **Sắc** mà thiếu **Không** thì không phải là **Sắc**.
Vì Tự Tính **Không**, nên **Sắc** Tự động là **Không**.

Nếu **Sắc** không Bất Nhị thì không phải là **Sắc**.
Vì Tự Tính Bất Nhị, nên đương nhiên **Sắc** là Bất Nhị.

Nếu **Sắc** không Vô Sinh thì không phải là **Sắc**.
Vì Tự Tính Vô Sinh, nên **Sắc** cũng Vô Sinh.

Nếu **Sắc** không Vô Diệt thì không phải là **Sắc**.
Vì Tự Tính Vô Diệt, nên **Sắc** Vô Diệt.

Nếu **Sắc** không **Ly** thì không phải là **Sắc**.
Vì Tự Tính là **Ly**, nên **Sắc** là **Tính Ly**, nên không ảnh hưởng gì đến toàn thể các thiện, ác của Tâm-Thức, vì **Tự Tính Ly** vốn là **Tính Vô Sở Trụ**.

Vì thế mà:

Toàn thể các Pháp là toàn thể các **Sắc Tướng**, cũng là toàn thể các hình tướng trong vũ trụ, dù to, dù nhỏ, dù vi tế tới đâu thì cũng thế... Ngay cả toàn thân của chúng sinh thì cũng y như vậy, nghĩa là cùng khắp mọi nơi, mọi chỗ đều là:

"Toàn **Sắc** là toàn **Không**
và toàn **Không** là toàn **Sắc**"

Đó chính là nghĩa Tích Cực, là nghĩa Diệu Dụng, là nghĩa Diệu Hữu, là nghĩa Diệu Vô, là nghĩa Siêu Việt của Tự Tính Bát Nhã, trực chỉ dạy chúng ta về nghĩa của các **Sắc Tướng**, tự chúng đã là **Siêu Việt Hữu Tướng**, cũng chính là **Siêu Việt Sắc Tướng**, hay nói thẳng ra là **Siêu Việt Sắc Thân**, cũng chính là **Siêu Việt Thân Tâm** của toàn thể chúng sinh! Tất cả đều không sai biệt, đều là y chỉ của Bát Nhã Tâm Kinh dạy về khắp Pháp Giới và toàn "Thân Tâm" chúng sinh được trực chỉ rất rõ ràng, nếu chúng ta chịu học kỹ, chịu nghiên cứu kỹ để nhận chân về **Tính Không** cũng chính là **Chân Không**. **Chân Không** thì phải có **Diệu Hữu**; <u>**Diệu Hữu** là toàn thể các sắc tướng đang hiện hữu</u> với chân thật nghĩa "Bát Nhã":

Sắc tức thị **Không**, **Không** tức thị **Sắc**

Đoạn III:

Đức Phật trực chỉ dạy về toàn Thế Giới, Vũ Trụ, Vạn Vật, và Thân Tâm chúng ta. Tất cả đều là cảnh giới Bát Nhã: siêu việt Sắc/Không, siêu việt Vạn Hữu, siêu việt Vạn Vô, siêu việt Có/Không, siêu việt

Vạn Pháp, siêu việt phương tiện, đường lối tu tập và siêu việt chứng đắc.

Xá Lợi Tử! "Thị Chư Pháp không tướng: bất sinh, bất diệt, bất cấu, bất tịnh, bất tăng, bất giảm. Thị cố, không trung vô Sắc, vô Thọ, Tưởng, Hành, Thức; Vô nhãn, nhĩ, tỷ, thiệt, thân, ý; Vô sắc, thinh, hương, vị, xúc, pháp; Vô nhãn giới, nãi chí vô ý thức giới; Vô vô minh, diệc vô vô minh tận; Nãi chí vô lão tử, diệc vô lão tử tận; Vô khổ, tập, diệt, đạo; Vô trí, diệc vô đắc."

Giải nghĩa đoạn III:

Đoạn này rất khó hiểu, rất phức tạp với chữ "**Vô**" Tích Cực của Bát Nhã tả về vạn Pháp, cũng là tả vũ trụ vạn vật. Chúng ta phải hiểu cả hai chiều về chữ "**Vô**" trong nghĩa tích cực này, nó vốn dĩ "Xuất thế mà vẫn nhập thế"! Cho nên Vạn Pháp là **siêu việt Có**, và ngay vạn Pháp đó cũng tự là **siêu việt Không** rồi, thì "**Vô**" này là "**Vô Siêu Việt**" nên vẫn phải có Vạn Pháp là lẽ đương nhiên! Và vì là **Siêu Việt Vạn Pháp** nên chính vạn Pháp ấy tự nó đã là **Không** nhưng là "**Siêu Việt Không**".

Đúng như vậy, trước cảnh giới Bát Nhã hoàn toàn do Nhất Thiết Duy Tâm Tạo, tức Tự Tính Bát Nhã hóa hiện ra toàn pháp giới… nên Vạn Pháp đó chỉ giống như có mà lại giống như không! Vì là sự vi diệu, nhiệm mầu hóa hiện… nên mới là sự siêu việt Vạn Pháp, siêu việt **Sắc/Không**, siêu việt **Có/Không**.

Vì thế, tất cả cảnh giới siêu việt ấy đều vượt ngoài bộ óc suy luận của thế gian! Vạn Pháp ấy đều là Tự Tính Bát Nhã, không dính dáng gì đến sự gán ghép, đặt tên, đặt tuổi, chấp thật, chấp giả trong nghĩa tiêu cực của Tâm Thức Vọng Tưởng, luôn luôn nhị biên, luôn luôn phân biệt để rồi chấp chước...

Khi chúng ta đã hiểu như vậy thì nhận ra đoạn Kinh này Đức Phật muốn dạy, muốn Khai Thị, muốn cho chúng ta thấy rõ toàn cảnh giới Bát Nhã được diễn tả với chữ **Vô**, là nghĩa "Phật Pháp không rời Thế Gian Pháp" tức nghĩa hai chiều, cũng chính thật nghĩa đã xác định là có tất cả vạn vạn Pháp tại thế gian! Rồi, ngay sau đó mới được dùng phủ định mà nói là không có Pháp gì cả. Như vậy mới diễn tả rốt ráo được cái siêu việt "Có", siêu việt "Không" của "Tự Tính Bát Nhã" vừa ẩn mật vi diệu, lại vừa nhiệm mầu hóa hiện muôn Pháp tại thế gian.

Vì vậy đoạn Kinh này với chữ "Vô" đã diễn tả rõ ràng, trọn vẹn được cái thật tướng Bất Nhị của "Bát Nhã Tính".

Chú Ý:

Xin xem lại những bài Bát Nhã Tâm Kinh của những kỳ trước, chúng tôi đã nói rất tỉ mỉ về nghĩa siêu việt Sắc/Không và siêu việt Có/Không! Nghĩa rất tích cực của Kinh này, luôn luôn thể hiện Tự Tính Bát Nhã Bất Nhị, Tự Tính Bát Nhã Vô Sinh và Tự Tính Không của Bát Nhã, cũng là của thế gian. Vạn pháp tại Thế Gian không hề rời Bát Nhã Tính bao giờ cả.

Do vậy chúng ta không thể chỉ hiểu một chiều theo nghĩa tiêu cực, là sự tác ý của mình mà gán ghép cho

Kinh Bát Nhã về nghĩa có/không của đoạn diệt! để rồi chấp vạn Pháp là có thật, hay chấp vạn Pháp là không có thật; Đó chỉ là cái tác ý của Tâm Thức Nhị Biên Tương Đối luôn phân biệt, để tự động rơi vào sinh với tử, có với không.

Trong thực tế, dù chúng ta vô minh hay không vô minh, mắt chúng ta mù hay không mù, nhưng cảnh giới Bát Nhã vi diệu, như như **siêu việt "Vô"** nguyên thủy, bất biến, thường hằng vẫn đang thể hiện cái ẩn mật mà hiện hữu! Vạn Pháp diệu dụng, Vạn Pháp Diệu Hữu, Vạn Pháp Diệu Vô... Chúng ta thấy muôn cảnh như mơ mà thật! Như thật mà mơ! Dường như có mà không phải thật có, dường như không mà không phải thật không. Vì tất cả chỉ là từ cái *"Vô vi diệu"*, cái **"Vô"** nhiệm mầu; cái **Vô** chính là cái **Thể** phát huy ra diệu dụng của vạn Pháp! Bởi vậy, cái *"Vô"* chính là *"***Chân Không***"* chẳng hề rời *"***Diệu Hữu"** bao giờ! Nên: Thể là Dụng, Dụng là Thể, Thể/Dụng đồng thời, đồng lúc, Thể/Dụng đều là Tự Tính Bát Nhã Bất Nhị, Vạn Pháp đều là Tự Tính Bất Nhị cho nên *"Toàn* **Sắc** *mới là toàn* **Không***, và ngược lại Toàn* **Không** *phải là Toàn* **Sắc***".*

Vì thế mà:

Vạn Pháp chẳng rời **Chân Không**
Chân Không chẳng rời **Vạn Pháp**

Không chính là **Sắc**
Sắc chính là **Không**
Tính chính là **Tướng**
Tướng chính là **Tính**

Vạn Pháp siêu việt **Có**
Vạn Pháp cũng siêu việt **Không**

Tóm lại:

Đoạn Kinh III của Bát Nhã, đã tả cảnh giới thế gian cũng chính là cảnh giới Bát Nhã và trực chỉ dạy cho chúng ta hiểu rõ về "Thân Tâm", Thế Giới, Vũ Trụ, Vạn Vật, cùng các phương tiện tu hành, với mọi chứng đắc của những phương tiện ấy v.v…

Tất cả đều là nghĩa Tích Cực tuyệt đối. Tất cả đều là Bát Nhã Tính Bất Nhị, nên:

Vẫn có Ngũ Uẩn, vẫn có Sáu Căn, vẫn có Sáu Trần, vẫn có Sáu Thức, vẫn có Thập Nhị Xứ, vẫn có Thập Bát Giới. Đó là "Thân Tâm" của chúng ta và đấy mới chính là **Siêu Việt Có**.

Cũng vì Bát Nhã Tính Bất Nhị như vậy nên vẫn có cả các phương tiện tu hành như:

Tu theo **Tứ Thánh Đế** (Phật Giáo Nguyên Thủy, Tiểu Thừa), đắc quả vị **Thanh Văn**.

Tu theo **Thập Nhị Nhân Duyên** (Mười Hai Nhân Duyên, Phật Giáo Nguyên Thủy, Trung Thừa), đắc quả vị **Bích Chi Phật**.

Tu theo Lục Độ (Sáu Ba La Mật, Đại Thừa), đắc quả vị **Bồ Tát**.

Tu theo Bát Nhã (Tối Thượng Thừa), đắc **Diệu Giác, Đẳng Giác, Chính Đẳng Chính Giác**.

Mọi phương tiện tu hành và sự chứng đắc đều tại nơi chúng ta đang hiện sống, rất là thực tế. Bởi Đức Phật đã dạy:

"Phật Pháp không rời Thế Gian Pháp".

Cũng y như thế, trong sách: "The Three Pillars of Zen" (Ba Trụ Thiền), Thiền Sư Philip Kapleau dạy rằng: "Theo y chỉ của Bát Nhã Tâm Kinh, thì phải nói **Có** đã, rồi hãy nói **Không**", vì **Không** ở đây là nghĩa của **Tự Tính Không**, tức là nghĩa có **sở đắc!** Thì đương nhiên phải có tu, có chứng, có đắc đã, rồi mới được nói là **vô sở đắc** tức là vô tu, vô chứng, vô đắc và không có Phật để thành, không có văn tự, không có lời nói, không có đường lối tu hành, không có không gian, không có thời gian v.v… Có như vậy mới đích thật là **Thật Tướng Bát Nhã** với nghĩa hai chiều để thể hiện được cái **Một**, rồi tự siêu việt cả **Một** lẫn **Hai** là thế đấy.

Đoạn IV:

Đức Phật dạy cách y chỉ theo **Bát Nhã Tâm Kinh** là để hướng dẫn chúng ta có phương pháp tu hành rốt ráo:

> "**Dĩ vô sở đắc cố, Bồ Đề Tát Đỏa y Bát Nhã Ba La Mật Đa cố, tâm vô quái ngại, vô quái ngại cố, vô hữu khủng bố, viễn ly điên đảo mộng tưởng, cứu cánh Niết-bàn.**"

Giải nghĩa trong đoạn IV này:

Câu "**Dĩ vô sở đắc cố**"

Chữ "**Vô**" của câu này ở nghĩa tích cực! nói "**Vô**" là để thể hiện cái diệu dụng, diệu hữu tích cực của Bát Nhã Tính.

Vô Thân mới là đại Thân.

Vô Đắc mới là đắc Ba La Mật Đa.

Ba La Mật Đa là tuyệt đối tịch tĩnh.

Câu: "**Bồ Đề Tát Đỏa y Bát Nhã Ba La Mật Đa cố**".

Bồ Tát có **Vô Sở Đắc** thì mới thật là **Bồ Đề Tát Đỏa**, tức Bồ Tát có đủ năng lực vi diệu để độ cho chúng sinh bằng cách y chỉ Bát Nhã Ba La Mật Đa.

Câu: "**Tâm vô quái ngại, vô quái ngại cố, vô hữu khủng bố,**

viễn ly điên đảo mộng tưởng, cứu cánh Niết Bàn".

Chữ "**Vô quải ngại**" và chữ "**viễn Ly**" trong câu này nghĩa là: Nếu các Bồ Tát tu hành đến độ **Vô Sở Đắc** thật sự, thì mới phù hợp với cái **Vô Vi Diệu, Vô Nhiệm Mầu, Vô Diệu Hữu**, cho nên đương nhiên Tâm thông suốt, chẳng còn gì chướng ngại cả, và tự động mọi vô minh điên đảo của Tâm Vọng Tưởng cũng tự ly tán hết; đó chính là Diệu Tâm của Bồ Tát, vô cùng thanh tịnh, tịch tĩnh… do vậy mà tạm được gọi là **Niết Bàn Diệu Tâm**. Đến đây nếu Bồ Tát vô sở trụ nơi **Niết Bàn Diệu Tâm**, thì mới có thể tinh tấn để có hy vọng bước tới được quả vị Phật! Nếu Bồ Tát còn có chút vọng tưởng nào, dù chỉ thoáng qua là có chứng, có đắc, có Niết Bàn thật sự, thì Bồ Tát ấy chỉ là dậm chân một chỗ mà thôi, không thể bước lên quả vị Phật được.

Câu: "**Tam thế Chư Phật y Bát Nhã Ba La Mật Đa cố,**

đắc A Nậu Đa La Tam Miệu, Tam Bồ Đề".

A Nậu Đa La:	Là Vô Thượng
Tam Miệu:	Là Chính Đẳng
Tam Bồ Đề:	Là Chính Giác

Chư Phật ba đời: quá khứ, hiện tại, vị lai đều tu đúng y chỉ của Bát Nhã Ba La Mật Đa như đã giải thích ở trên, nên mới đắc Vô Thượng Chính Đẳng Chính Giác.

Đoạn V:

Đức Phật trực chỉ dạy rằng: "Bát Nhã Ba La Mật Đa là Chú tuyệt diệu, là Chú tuyệt đối chân thật hữu dụng trừ được mọi khổ đau sinh tử"

Cố tri Bát Nhã Ba La Mật Đa thị đại thần Chú, thị đại minh Chú, thị vô thượng Chú, thị vô đẳng đẳng Chú, năng trừ nhất thiết khổ, chân thật bất hư:

Giải nghĩa đoạn V:

Bởi thế cho nên Bát Nhã Ba La Mật Đa là:

Thị đại thần Chú:

Cho những ai còn nhiều vô minh, khi tu và tụng Bát Nhã đã không hiểu gì cả, mà lại tin rằng: Tụng càng nhiều thì càng linh ứng cho những gì mình nguyện ước! Tu và tụng như vậy thì chẳng dính dáng gì đến sự diệu dụng của Bát Nhã.

Thị đại minh Chú:

Cho những ai, ít vô minh nên khi tu và tụng Bát Nhã, đã hiểu phần nào về Bát Nhã, vì vậy mà đã có thể hiện chút ít diệu dụng của Bát Nhã.

Thị vô thượng Chú:

Cho những ai vô minh đã tạm sạch. Thức đã chuyển thành Trí, nhưng chưa hoàn toàn, nên khi tu và tụng Bát Nhã thì cũng thấm nhuần, vì đã hiểu gần như trọn vẹn về **Lý** của Bát Nhã, nhưng về **Sự** thì chưa được tuyệt đối y chân thật nghĩa Bát Nhã trong mọi hành động của "Thân Tâm". Vì vậy mà cái diệu dụng bộc phát của Bát Nhã không được tròn đầy, không thể hiện đúng mức.

Thị vô đẳng đẳng Chú:

Cho những ai Thức đã chuyển hoàn toàn thành Trí Tuệ Bát Nhã. Sự thấm nhuần cũng tuyệt đối, Lý và Sự viên dung! Nên tự động Thân Tâm thể hiện cái đại Diệu Dụng, đại Diệu Hữu, đại Diệu Vô của Bát Nhã, vì thế mà viên mãn trong mọi cử chỉ, hành động, lời nói… đều là Thật Tướng Bát Nhã: **Chân, Thiện, Mỹ** trong mọi lúc, mọi thời. Như thế mới là:

Năng trừ nhất thiết khổ

Chân thật bất hư

Đoạn VI:

Đây là những câu **"Chú"** cuối cùng của Bát Nhã Tâm Kinh:

Cố thuyết Bát Nhã Ba La Mật Đa Chú, tức thuyết chú viết:

"Yết đế, yết đế, ba la yết đế ba la tăng yết đế, Bồ Đề tát bà ha".

Giải nghĩa đoạn VI:

Khi một vị nào đó là Phật, là Bồ Tát, là La Hán, là Bích Chi Phật, là Tu Sĩ hay Cư Sĩ đang tu… mà đọc Chú, thì câu Chú đó, bài Chú đó sẽ hữu hiệu tương ứng với sự thanh tịnh "Thân Tâm" và sự thông suốt về phật pháp ở cỡ nào đó của vị ấy.

Dĩ nhiên là khi đọc Chú này, tức là đọc Kinh Bát Nhã, thì ai cũng đọc trọn vẹn cả bài Kinh với 260 chữ, với mục đích là muốn giúp toàn thể quí vị hữu hình cũng như vô hình, Âm cũng như Dương, đều hiểu được ý nghĩa tối thượng, chân thật của Bát Nhã Tâm Kinh mà thoát khỏi vòng luân hồi sinh tử.

Sự hữu hiệu vô cùng quan trọng khi đọc Chú, vì câu chú hay bài chú nào cũng đều là những mệnh lệnh của chư Phật, chư Tổ, chư Bồ Tát cũng chính là **Phật Tính** của chúng ta, khi chúng ta chú Tâm 100% để Tụng Chú. Do lẽ đó, những câu Chú hay những bài Chú, khi đọc lên có hữu hiệu hay không và sự hữu hiệu nhiều hay ít đều do năng lực tu hành tương ứng của từng vị.

Thí dụ:

Phật đọc Chú thì tuyệt đối hữu hiệu.

Bồ Tát đọc Chú thì tùy theo Bồ Tát ở cỡ nào thì

năng lực và sự diệu dụng sẽ tương ứng hữu hiệu ở cỡ đó.

Chúng ta là những vị đang tu hành mà tụng Chú thì mức độ hữu hiệu tùy theo sự thanh tịnh "Thân Tâm" của chúng ta ở cỡ nào, sự thấu hiểu về Bát Nhã ở cỡ nào, trí tuệ ở cỡ nào, Từ bi ở cỡ nào, để mà có năng lực và sự hữu hiệu tương ứng khi tự độ và tha độ.

Sau đây là những Kinh Phật dạy y nghĩa của **Bát Nhã Tâm Kinh** về toàn vũ trụ, vạn vật, con người, trời, trăng, mây, nước v.v… đều do: Tự Tính Bát Nhã, Vạn Pháp Duy Tâm, Nhất Thiết Duy Tâm Tạo, Pháp Giới Tính trùng trùng duyên khởi… Có nghĩa là Phật Tính duyên khởi ra Vạn Pháp…

Sự thật là vậy, hầu như tất cả các Kinh Phật dù nói xa, nói gần cũng đều dạy cùng một nghĩa y như Kinh Bát Nhã Ba La Mật.

Và đây là những dẫn chứng của vài Kinh có y nghĩa như Kinh **Bát Nhã Ba La Mật.**

Thí dụ như:

Bát Nhã Tâm Kinh trực chỉ dạy về *"**Tứ Cú Kệ**"*:

Có

Không

Cũng **Có**, cũng **Không**

Chẳng **Có**, chẳng **Không**

Có nghĩa là:

Vạn Pháp không thể nào rơi vào **Tứ Cú** này, tức là Vạn Pháp không liên hệ gì đến Tâm Thức Nhị Biên để mà chấp chước Vạn Pháp là thật hay là giả, là có hay là không, vì Vạn Pháp là do Tự Tính Bất Nhị, là do Tự Tính Không, là do Nhất Thiết Duy Tâm Tạo.

1. Kinh Kim Cương

Kinh Kim Cương Đức Phật dạy về: **Nghĩa ba câu** cũng không khác gì nghĩa **Tứ Cú Kệ** của Kinh Bát Nhã! Phật dạy Tu Bồ Đề như sau:

> "**Những vi trần ấy tức phi vi trần, thị danh vi trần**"

Có nghĩa, đây là những "Vi Trần", những "Vi Trần" ấy không phải là những vi trần, thì mới đích thị là những **Vi Trần** (nghĩa Ba Câu) nhưng đừng chấp thật.

Như vậy là "nghĩa Ba Câu" y hệt "nghĩa Tứ Cú" của Bát Nhã Tâm Kinh, chỉ vì Kinh Kim Cương là một phần của Đại Bát Nhã Tâm Kinh, cho nên khi Bát Nhã Tâm Kinh dạy:

> **Sắc** tức thị **Không**
> **Không** tức thị **Sắc**

Thì Kinh Kim Cương cũng dạy:

> **Vi trần** tức thị **Không**
> **Không** tức thị **Vi Trần**

Bởi tất cả **Vạn Pháp** đều do **Tự Tính Không**, đều do **Tự Tính Bất Nhị**, đều do **Nhất Thiết Duy**

Tâm Tạo lập nên. Vì vậy mà **Vạn Pháp** đều không sai biệt và không hề rời nhau. Nên:

"**Vạn Pháp** tức thị **Không, Không** tức thị **Vạn Pháp**"

Nghĩa là: **Vạn Pháp Bất Nhị** tức là **Vạn Pháp không trong tương đối** thì tự động lìa Tứ Cú.

11. Kinh Pháp Hoa:

Đức Phật dạy:

Ngay tại thế gian, tất cả **Vạn Pháp** đều là **Tự Tính Bất Nhị**, đều là **Nhất Thiết Duy Tâm Tạo**...

Do vậy mà:

Thị Pháp trụ Pháp vị
Thế Gian thường trụ Pháp

Nghĩa là:

Mỗi Pháp đều có ngôi vị, Pháp nào trụ theo ngôi vị Pháp đó, **Vạn Pháp ở thế gian đều có Phật Tính** nên đều là **thường trụ Pháp**!

Hai câu Kinh tiếp theo:

Chư Pháp tùng Bản Lai
Thường tự tịch diệt Tướng

Câu Kinh: **Chư Pháp tùng Bản Lai**

Có nghĩa là: Vạn Pháp, Pháp nào cũng tùng Bản Lai... vì là **Tự Tính Bát Nhã** hóa hiện nên vạn Pháp, tức là **Vạn Pháp đều có Phật Tính ngay tại thế gian**! Do đó trong Kinh mới có câu:

Phật Pháp không rời Thế Gian Pháp

Và câu Kinh **Thường tự tịch diệt Tướng**:

Có nghĩa là: **Vạn Pháp đều là Phật Tính thì Tướng thường tự tịch diệt**. Vì Vạn Pháp từ "Tính Không" hóa hiện ra, nên tự động vạn sắc tướng đều là:

Sắc tức thị **Không**, **Không** tức thị **Sắc**

(**Sắc** ở đây là siêu việt **Sắc**, có hiện hữu hẳn hoi và **Không** ở đây là **Chân Không Diệu Hữu**, chứ không phải là cái không đối với cái có, tức là cái không của đoạn diệt.)

Như vậy, nghĩa của Kinh Pháp Hoa y hệt nghĩa của Bát Nhã Tâm Kinh:

Vạn Pháp đều là **Sắc**, cũng đều là **Không**

Vậy đúng là:

Sắc tức thị **Không**

Không tức thị **Sắc**

(Siêu Việt **Sắc** đang hiện hữu, còn **Không** này là **Không Tích Cực**, **Không** Siêu Việt, nên nó tự thể hiện cái Siêu Việt **Sắc**.)

Cho nên:

Sắc/Không ở đây là Siêu Việt **Sắc**, Siêu Việt **Không**, cũng là Siêu Việt **Có**, và Siêu Việt **Không**!

Xin nhắc lại, tất cả Vạn Pháp đều do Tự Tính hóa hiện... Nên cái Có và cái Không của Vạn Pháp đều đang hiện hữu... nhưng chỉ "Giống như **Có** mà không phải thật **Có** và giống như **Không** mà không phải thật **Không**." Nghĩa là chúng ta không thể dùng cái Thức Tâm Phân Biệt theo nghĩa xác định hay nghĩa phủ định của thế gian để hiểu về Vạn Pháp siêu việt.

III. Lăng Nghiêm Kinh

Đức Phật tóm thu tất cả Tứ Khoa và Thất Đại về Như Lai Tạng.

Tứ Khoa:

Tứ Khoa là: Ngũ Ấm, Lục Nhập, Thập Nhị Xứ và Thập Bát Giới.

Ngũ Ấm:

Ngũ Ấm là: Sắc, Thọ, Tưởng, Hành, Thức.

Lục Nhập:

Lục Nhập là: Sáu cách thu nạp tiền cảnh (Sáu Trần), tức Sáu Căn của con người thu nạp Sáu Trần (Thế Giới).

Nghĩa là trong từng sát na, Sáu Căn của chúng ta là: "Nhãn, Nhĩ, Tỉ, Thiệt, Thân, Ý", tiếp xúc và thu nạp Sáu Trần là: "Sắc, Thanh, Hương, Vị, Xúc, Pháp" (Thế-Giới.)

Nhãn Căn thu nạp Sắc Trần
Nhĩ Căn thu nạp Thanh Trần
Tỉ Căn thu nạp Hương Trần

Thiệt Căn thu nạp Vị Trần
Thân Căn thu nạp Xúc Trần
Ý Căn thu nạp Pháp Trần

Thập Nhị Xứ

Thập Nhị Xứ là: Mười hai chỗ Thấy, Nghe, Hay Biết rất giới hạn của con người:

Nhãn Căn với Sắc Trần
Nhĩ Căn với Thanh Trần
Tỉ Căn với Hương Trần
Thiệt Căn với Vị Trần
Thân Căn với Xúc Trần
Ý Căn với Pháp Trần

Thập Bát Giới

Thập Bát Giới là: Mười tám cái Thấy, Nghe, Hay Biết rất giới hạn của con người:

Sáu Căn: Nhãn, Nhĩ, Tỷ, Thiệt, Thân, Ý
Tiếp xúc với:
Sáu Trần: Sắc, Thanh, Hương, Vị, Xúc, Pháp

Để có:
Sáu Thức: Nhãn Thức, Nhĩ Thức, Tỷ Thức, Thiệt Thức, Thân Thức, Ý Thức

Thất Đại

Thất Đại là: Địa Đại, Thủy Đại, Hỏa Đại, Phong Đại, Không Đại, Kiến Đại và Thức Đại. Bảy thứ Đại này ở cùng khắp mười phương, tám hướng nên gọi là Đại.

Phật tóm thu:

Tứ Khoa, Thất Đại về Như Lai Tạng có nghĩa là Phật muốn dạy chúng ta là: Toàn Thân Tâm của con người và toàn thế giới, toàn vũ trụ vạn vật đều vốn là **Chân Như Tính** cùng khắp, nhiệm mầu, sáng suốt và thường trụ. Đấy chính là **Như Lai Tạng**!

Như vậy, nghĩa của Kinh Lăng Nghiêm cũng chẳng khác gì Bát Nhã Tâm Kinh.

Bát Nhã Tính là Như Lai Tạng Tính, là Chân Như Tính, đều là Tự Tính Bất Nhị! Cũng là Pháp Giới Tính trùng trùng duyên khởi lập nên vạn pháp hiện hữu ở ngay trước mắt chúng ta.

Kinh Hoa Nghiêm

Đức Phật dạy:

Nhất thiết duy Tâm tạo.
Vạn Pháp duy Tâm.
Một là tất cả, tất cả là Một.

Tâm chính là **Pháp Giới Tính**, là **Phật Tính** tạo dựng nên Vạn Pháp! Thì Vạn Pháp đương nhiên là **Pháp Giới Tính**, là **Tự Tính Bất Nhị**, cũng là Bát Nhã Tính, nên:

"Một là tất cả, tất cả là Một".

Kinh Viên Giác

Đức Phật dạy:

"Lìa Huyễn tức Giác"

Theo y chỉ của "Kinh Viên Giác" cũng chẳng khác gì y chỉ của "Bát Nhã Tâm Kinh" thì: "Thân

Tâm", Thế Giới không hề rời nhau. Cho nên, khi Tâm chúng ta bị vọng tưởng huyễn hoặc do Nhất Niệm Vô Minh bao trùm và điều động từ vô thủy… thì đương nhiên toàn "Thân Tâm", cùng Vạn Pháp quanh chúng ta, cũng đều tưởng như là huyễn hóa hết.

Cho đến khi nào chúng ta tu tập hết vọng tưởng si mê thì **Tính Giác** sẵn đó sẽ ló dạng ra, gọi là Giác Ngộ! Mà sự Giác Ngộ cũng có cạn, có sâu, nên nhân quả sẽ tương ứng cùng mức độ để thấy được sự phơi bầy tương ứng của **Thật Tính** cũng là **Thật Tướng Bát Nhã** vốn sẵn hiện hữu ngay tại "Thân Tâm" của chúng ta và ngay vũ trụ vạn vật đều là cảnh giới **Bát Nhã**… Tất cả là do kết quả của sự giác ngộ sâu hay nông mà hé lộ được Chân Tâm tương ứng! Đó gọi là **Lìa Huyễn tức Giác**. Thật ra, cảnh giới **Bát Nhã** thì lúc nào cũng vẫn thế, cũng vẫn đấy, không có gì thay đổi cả. Chỉ tại cái "Khái Niệm Bất Giác" nhị biên, chấp thật, chấp giả là cái vọng tưởng của Tâm Thức làm chúng ta mê muội, để rồi sống trong cái vọng tưởng điên đảo đó nên lúc nào cũng chấp ta, chấp người, chấp đúng, chấp sai, chấp giàu, chấp nghèo, chấp giỏi, chấp dốt, chấp sinh, chấp tử và chấp toàn thể vũ trụ vạn vật quanh chúng ta cũng là thật, là giả, là vô thường, là thường v.v…

Lìa Huyễn tức Giác đi vào chi tiết rốt ráo hơn, có nghĩa là Tâm chúng ta ngoài "Chân Như Niệm" ra, chẳng sinh một niệm nào khác, tức là Tán Loạn Tâm trở về Nhất Tâm, cũng là Nhất Niệm Vô Minh tự động hồi Tâm chuyển hướng Thiện.

Khi "Niệm Bất Giác" tỉnh mộng thì tự động là "Tính Giác" vẫn sẵn đấy.

Khi "Vô minh Niệm" tỉnh mộng thì tự động là "Chân Như Niệm" cũng vẫn sẵn đấy.

Thật ra chân thật nghĩa của Lìa Huyễn tức Giác là chẳng chuyển, chẳng đập, chẳng phá, chẳng đi, chẳng về gì cả, mà chỉ là tu hành làm sao để bỏ được cái Khái Niệm Bất Giác nhị biên phân biệt đầy vô minh, thì Bản Giác, Tính Giác vốn có sẵn đó hiện tiền.

Khi chúng ta đã tu hành đúng Chính Pháp, biết lìa được mọi huyễn hóa của Thức Tâm, tức là đã chuyển được Tâm Niệm Vọng Tưởng trở về nguyên thủy của nó là "Chân Như Niệm", thì tự động Thức chuyển thành Trí, tức "Bát Nhã Trí" thì đương nhiên thấy rõ toàn Thân Tâm, toàn Thế Giới vốn vẫn đấy, đều vốn là "Tính Giác", tức "Phật Tính". Do vậy mà con mắt thế gian của chúng ta, tức là con mắt mù bởi vô minh, làm nên huyễn vọng bao đời, bao kiếp! Ngày nay nếu đã giác ngộ thì không còn thấy vạn cảnh đang hiện hữu là thật hay là giả nữa! Vì khi Nhục Nhãn đã chuyển về nguyên thủy của nó là Phật Nhãn thì thấy thông suốt và thấy đúng y như câu Kinh Đức Phật đã dạy:

Phật Pháp không rời **Thế Gian Pháp.**

Vạn Pháp là do **Pháp Giới Tính, Phật Tính**
hóa hiện.

Cũng vì vạn Pháp không hề rời Pháp Giới Tính như vậy, nên Vạn Pháp đích thị là "Phật Tính"! Vạn

Pháp cũng chính là Tính bình đẳng không sai khác; Do vậy mà Vạn Pháp còn được gọi là "Bát Nhã Tính", là "Tính Bất Nhị" v.v… và bây giờ chúng ta mới hiểu được nghĩa của:

Toàn Vọng là Chân,

Lìa Huyễn tức Giác là thế.

Đó là Chân Lý bất biến, thường hằng, mặc dầu không sai khác, nhưng vì là "Tự Tính Bát Nhã" biến hiện, hiện hóa ra muôn cảnh vật giống như có khác nhau… khiến chúng ta tưởng như là có sai khác! Sự thật thì tất cả chỉ là "Tính Chân Như" nhiệm mầu (Pháp Giới Tính), vốn dĩ vi diệu, ẩn mật, âm thầm, vận hành hiện hóa nên Vạn Pháp đang hiện hữu và cứ thế diễn tiến mãi… không bao giờ ngừng nghỉ. Tuy nhiên, hãy cẩn trọng đừng chấp Vạn Pháp, toàn Vũ Trụ Vạn Vật, Tam Thiên, Đại Thiên Thế Giới là có thật. Bởi vì tất cả đều là siêu việt! Nên không ảnh hưởng gì đến những khái niệm của Tâm Thức Vọng Tưởng, chấp vạn Pháp đó là có thật hay không có thật, hoặc chấp tất cả đều là huyễn giả và chấp cả Thân Tâm này cũng là huyễn giả, thì thật là Vô Minh.

Có biết đâu toàn thế giới, đại vũ trụ vạn vật và ngay cả Thân/Tâm hiện hữu của chúng ta đều là do "Bát Nhã Tính" hóa hiện, cho nên trước muôn cảnh vật "Bát Nhã" mà chúng ta chợt lóe lên một khái niệm chấp thật hay chấp giả, chấp Có hay chấp Không thì ngay lập tức, tự động chúng ta bị rơi vào tình trạng Nhị Biên tương đối của sinh tử. Vì chúng ta chỉ chấp một chiều là có hay không có, sống hay chết, trong khi Đức Phật dạy: "Phật Pháp không thể rời Thế Gian Pháp". Đạo, Đời không phải là hai, cũng như **Đồng Tiền** phải có hai mặt mới là **Đồng Tiền**.

Pháp Bảo Đàn Kinh

Lục Tổ dạy:

"Ba mươi sáu Pháp Đối" là bao gồm hết vũ trụ, vạn vật... tức Vạn Pháp!

(Pháp đối là Pháp Bất Nhị, Bất Nhị tức là Trung Đạo, mà Trung Đạo là **Phật Tính**).

Ý nói Vạn Pháp đều là Tự Tính Bất Nhị, mà Vạn Pháp đã Bất Nhị, thì đương nhiên Vạn Pháp là **Trung Đạo**.

Vạn Pháp là Trung Đạo thì Vạn Pháp là "Phật Tính"

Vạn Pháp là Phật Tính thì lại đúng y chỉ của "Bát Nhã Tâm Kinh" đã dạy, đã tả về "Thân Tâm", Thế Giới, Vũ Trụ: Tất cả đều là **Bát Nhã Tính**.

Duy Ma Cật Kinh:

Dạy: **"Từ gốc Vô sở trụ lập nên tất cả các Pháp"**

Vô sở trụ là **Phật Tính**, mà Phật Tính lập nên **Vạn Pháp**, thì Vạn Pháp phải là **Phật Tính** là lẽ đương nhiên!

Vậy cũng đúng với nghĩa của **Bát Nhã Tâm Kinh**, vạn pháp đều do một **Bát Nhã Tính, Pháp Giới Tính** tạo lập nên.

PHẦN I • Kỳ VII • Bát Nhã Tính Không

Tranh Phụ Bản: Họa Sĩ Thúy Vinh

Kỳ VII
Bát Nhã Tính Không

Qua sáu kỳ viết về những **yếu chỉ** quan trọng của **Kinh Bát Nhã**, chúng ta dù ít dù nhiều, chắc chắn đã giải ngộ được triết lý cao siêu nhưng rất hiện thực trong **Bát Nhã Tâm Kinh**. Tóm tắt, bao gồm các kỳ:

Kỳ I - Mục đích tối thượng của Đức Phật: Trực chỉ khai ngộ "Phật Tính" của chúng sinh.

Kỳ II - Chân Thật nghĩa của **Sắc/Không** trong "Bát Nhã Tâm Kinh"

Kỳ III - Chân Không Diệu Hữu

Kỳ IV - Siêu Việt **Có**

Kỳ V - Siêu Việt **Không**

Kỳ VI - Chân Thật Nghĩa của "Bát Nhã Tâm Kinh" với 260 chữ.

Kỳ VII - Chân Thật Nghĩa của "Bát Nhã Tâm Kinh" với 260 chữ (Phương tiện phá chấp bằng chữ VÔ).

Dạy Phương Tiện Tu để phá chấp và cách chuyển Tâm Thức Số 8 (Tám) thành Trí Tuệ Bát Nhã.

Vâng,

Chúng ta hiểu từ tổng quát đến chi tiết… hiểu suôi rồi hiểu ngược, và hiểu qua cả 7 (bảy) Kinh khác, đều có cùng một nghĩa với Kinh Bát Nhã. Mục đích để tăng thêm sự tin tưởng, lòng tôn kính, biết ơn và tri ân Đức Từ Phụ Thích Ca Mâu Ni bằng cách thể nguyện theo bước chân Ngài là y chỉ:

"Bát Nhã Ba La Mật Đa cố,
đắc A Nậu Đa La Tam Miệu, Tam Bồ Đề".

Y theo mạch **Kinh Bát Nhã**, sau khi chúng ta đã tạm hiểu trọn vẹn những gì cần phải hiểu về "Bát Nhã Tâm Kinh" thì nay mới đi đến giai đoạn là buông bỏ hết tất cả những gì đã học và đã hiểu, để không còn vướng mắc một mảy may nào của tri kiến phàm phu. Mục đích là để không chấp trụ và làm sao để vượt ra ngoài được "Tứ Cú Kệ" của Bát Nhã, mà lại hợp với câu Kinh: "Ưng vô sở trụ nhi sinh Kỳ Tâm", tức Tâm Vô Sở Trụ của Kinh Kim Cang!

Do lẽ ấy mà bây giờ chúng ta học cách phá "Chấp thật" bằng chữ "**Vô**" của bài Kinh Bát Nhã 260 chữ đã dạy.

Thưa, chữ **Vô** tới giai đoạn này lại có nghĩa khác. Chữ **Vô** trong giai đoạn tu hành này là cái "**Vô của Bát Nhã**" phá "chấp thật" tất cả những gì chúng ta đã học… để không còn một ý niệm nào của Tâm Thức

Phân Biệt mà chấp với trụ, làm chướng ngại và không phù hợp "Tâm Vô Sở Trụ".

Nếu đã hiểu được những lời dạy thâm thúy của Bát Nhã Tâm Kinh như thế, thì chữ **"Vô của Bát Nhã"** ở đây quả đúng là Vô vi diệu, Vô nhiệm mầu.

Theo Đức Phật Thích Ca với tích "Niêm Hoa Thị Chúng":

"Không có Bát Nhã thì không phải là Bát Nhã."

Mà:

"Có Bát Nhã cũng không phải là Bát Nhã."

Bởi đã là Trí Tuệ Bát Nhã thì không có nghĩa nhị biên tương đối và không thể nào rơi vào Tứ Cú: *Có/Không, Chẳng Có/Chẳng Không, Cũng Có/Cũng Không.*

Cho nên với chữ **"Vô"** phá chấp này không phải ở nghĩa tiêu cực, không phải là cái Không của đoạn diệt, tức cái "Vô", cái "Không" trống rỗng, mà chữ "Vô" phá chấp ở đây là để thể hiện cái Đại Diệu Dụng nhiệm mầu của Tự Tính Bát Nhã. "Vô của Bát Nhã" phá chấp thật này lan tỏa tới đâu thì cái Đại Diệu Dụng hiện tới đó! Ngoài ra cũng còn có nghĩa khác nữa là cái "Vô của Bát Nhã" hay cái "Không của Bát Nhã" phá chấp tới đâu thì Tâm vọng tưởng, tri kiến phàm phu của chúng ta cũng được tẩy sạch tương ứng y như vậy.

Do vậy mà cái "Vô của Bát Nhã" phá chấp thật ấy, khi nó đã phá tới cùng, thì cái Đại Diệu Dụng cũng tự động tới cùng, và cái Tri Kiến phàm phu với mọi tập khí của chúng ta cũng tàn lụi tới cùng để tự động hiển bày trọn vẹn cái Đại Diệu Dụng, Đại Trí Tuệ Bát Nhã với hào quang chiếu soi cùng khắp pháp giới và vũ trụ vạn vật.

Chung quy là sau khi chúng ta đã hiểu hết sự vi diệu của Bát Nhã rồi, thì tất cả những điều đã học, đã hiểu, đã đạt v.v… đều phải xả buông hết để không "chấp thật **Có**" những thứ ấy. Nếu làm được như vậy thì mới đích thị là Tâm Trí Bát Nhã; Cho nên, chân thật nghĩa của Bát Nhã đòi hỏi chúng ta phải hiểu trong sự "Tuần tự vi tiến"; bởi thế mà chúng ta lại đi vào toàn thể bài Kinh Bát Nhã 260 chữ một lần nữa để hiểu cách phá chấp, cách tẩy tịnh bằng chữ "Vô" tuyệt đối, mầu nhiệm của "Bát Nhã Tính Không".

Ma Ha Bát Nhã Ba La Mật Đa Tâm Kinh.

Quán Tự Tại Bồ Tát hành thâm Bát Nhã Ba La Mật Đa thời, chiếu kiến Ngũ Uẩn giai Không, độ nhất thiết khổ ách.

Xá Lợi Tử! Sắc bất dị Không, Không bất dị Sắc; Sắc tức thị Không, Không tức thị Sắc; Thọ, Tưởng, Hành, Thức diệc phục như thị.

Xá Lợi Tử! Thị chư Pháp không tướng: bất sinh, bất diệt, bất cấu, bất tịnh, bất tăng, bất giảm. Thị cố, không trung vô Sắc, vô Thọ, Tưởng, Hành, Thức; Vô nhãn, nhĩ, tỷ, thiệt, thân, ý; Vô sắc, thinh, hương, vị, xúc, pháp; Vô nhãn giới, nãi chí Vô ý thức giới; Vô vô minh, diệc vô vô minh tận; Nãi chí Vô lão tử, diệc Vô lão

tử tận; Vô khổ, tập, diệt, đạo; Vô trí, diệc Vô đắc.

Dĩ Vô sở đắc cố, Bồ Đề Tát Đỏa y Bát Nhã Ba La Mật Đa cố, tâm vô quái ngại, Vô quái ngại cố, Vô hữu khủng bố, viễn ly điên đảo mộng tưởng, cứu cánh Niết Bàn.

Tam thế Chư Phật y Bát Nhã Ba La Mật Đa cố, đắc A Nậu đa la tam miệu tam bồ đề. Cố tri Bát Nhã Ba La Mật Đa thị đại thần Chú, thị đại minh Chú,

thị vô thượng Chú, thị vô đẳng đẳng Chú, năng trừ nhất thiết khổ, chân thật bất hư.

Cố thuyết Bát Nhã Ba La Mật Đa Chú, tức thuyết Chú viết:

"Yết đế, yết đế, ba la yết đế, ba la tăng yết đế, Bồ đề tát bà ha."

Tới đây, chúng ta bắt đầu "**Nguyện giải Như Lai chân thật nghĩa**" của bài Kinh trên với chi tiết từng chữ, từng câu, từng đoạn theo y chỉ của bộ Kinh "Ma Ha Bát Nhã Ba La Mật".

Ma ha:

Là đại, là to lớn mênh mông không ngằn mé (có nghĩa bao hàm toàn thể vũ trụ vạn vật, bao hàm Ba Cõi cùng khắp mười phương tám hướng).

Bát Nhã:

Là Trí Tuệ Phật, cũng là Trí Tuệ sẵn có của chúng ta khi hết vô minh và hiểu Phật Pháp rốt ráo.

Ba La Mật:

Là Đáo Bỉ Ngạn, tức vượt qua bờ bên kia là bờ giải thoát phiền não sinh tử; còn có nghĩa nữa là tuyệt đối viên mãn thanh tịnh, tịch tĩnh, tịch diệt (Tâm Vô Sở Trụ).

Đa:

Chỉ là tiếng đệm, không có nghĩa.

Thật ra, **Ma ha Bát Nhã Ba La Mật** Đa là Tự Tính Bát Nhã, cũng chính là "Phật Tính".

Đoạn 1:

Quán Tự Tại Bồ Tát hành thâm Bát Nhã Ba La Mật Đa thời, chiếu kiến ngũ uẩn giai không, độ nhất thiết khổ ách.

Y theo Bát Nhã là *"Hành thâm Bát Nhã để chiếu kiến Ngũ Uẩn giai Không"*, tức chúng ta Tham Thiền, mà phải tham đúng mức, tham đến độ công phu miên mật thì Nghi Tình sẽ thành khối, và đương nhiên sẽ rõ thế nào là Ngũ Uẩn giai Không. Đó mới là chân nghĩa của giai Không, cũng chính là chữ "Vô", chữ "Không" đã chỉ ở trên.

Chúng ta dùng chữ **Vô** để Tham Thiền thì kết cuộc là sẽ làm tan đi mọi vọng tưởng của Tâm Thức, vì khi chúng ta đã Tham Thiền tới mức độ thật miên mật thì tự động là cái "Vô", cái "Không" tới đâu thì Vọng Tưởng tan biến tới đó, để Chân Tính ló rạng cũng tương ứng như vậy; nếu chúng ta tẩy được như thế, phá được như thế mới là Độ Nhất Thiết Khổ Ách.

Tóm lại việc Tham Thiền cho đúng mức là sẽ đến kết quả thật sự mà tất cả cũng chỉ là sự nhiếp tâm tột độ, để nhận biết rõ ràng từng hơi thở vào/ra, hay sự nhiếp tâm tột độ vào từng chữ của câu Công Án thật minh bạch, sẽ sinh ra Nghi Tình và tuần tự đưa chúng ta đi qua từng lớp Vô Minh từ nông tới sâu của Tiền Ngũ Thức rồi đến thức Số Sáu, qua Thức Số Bảy và vào thẳng Thức Số Tám để tẩy, để phá đi cái màn vô minh rất vững chắc, rất sâu dầy của Tâm Thức vọng tưởng đã âm thầm chiêu cảm mọi thiện/ác trong hằng hà sa số kiếp của chúng ta… rồi dựng lên thành một dòng Nghiệp Lực thật kiên cố, cứng chắc như sắt, như thép; để tự âm thầm đưa chúng ta đi quanh vòng sinh tử luân hồi không bao giờ ngưng nghỉ)

Đoạn II:

Xá Lợi Tử! Sắc bất dị Không, Không bất dị Sắc; Sắc tức thị Không, Không tức thị Sắc; Thọ, Tưởng, Hành, Thức diệc phục như thị.

Hai chữ Sắc/Không này đã được giải thích rất rõ ràng ở bài Bát Nhã số IV: "Siêu Việt Có" tức là "Siêu Việt vạn Pháp hiện hữu có hữu hình"; bài số V: "Siêu Việt Không" tức là "vạn Pháp hiện hữu có hữu hình ấy đồng thời cũng đã là siêu việt vô hình". Sở dĩ khó giải thích đến như vậy chỉ vì toàn thể vạn Pháp Sắc/Không này là sự hóa hiện của "Nhất Thiết Duy Tâm

Tạo". Cho nên xin đừng hiểu lầm sắc sắc/ không không là nghĩa rỗng không để lại rơi vào sự "Chấp Thật Có" hoặc "Chấp Thật Không" là điều tối kỵ.

Sự thật thì Sắc/Không là bất nhị

Cái **Sắc** trong đoạn II này phải là 100% "**cái Không Vi Diệu**":

Sắc tức thị **Không**

Cái **Không** trong đoạn II này phải là 100% "**cái Sắc nhiệm mầu**" đang hiện hữu:

Không tức thị **Sắc**

Thì Thọ, Tưởng, Hành, Thức (Ngũ Uẩn) cũng y như vậy:

Thọ, Tưởng, Hành, Thức diệc phục như thị.

Cũng bởi **Sắc** và **Không** đều là do "Nhất Thiết Duy Tâm Tạo"... nên đều không có Tự Tính! Hai cái không khác nhau, cho nên Thân Tâm của chúng ta chính là nghĩa này, và tất cả vạn Pháp, vũ trụ, vạn vật, thì cũng không ngoài nghĩa ấy.

Nếu chẳng hiểu trọn vẹn như vậy thì chúng ta vẫn còn vương vấn ở cái tri kiến phàm phu, là Tâm Vọng Tưởng với sự tác ý của Nhất Niệm Vô Minh (nhị biên phân biệt), luôn ở nghĩa tiêu cực chấp **thật là có**, hoặc **chấp thật là không** có gì.

Chú Ý:

Nên nhớ cái "Vô của Bát Nhã" vi diệu đi tới đâu thì sự

nhiệm mầu, diệu dụng hiện hữu tới đó! Nếu còn một mảy may nào trống rỗng thì không phải là Bát Nhã.

Đoạn III:

Xá Lợi Tử! Thị chư Pháp không tướng: bất sinh, bất diệt, bất cấu, bất tịnh, bất tăng, bất giảm. Thị cố, không trung vô Sắc, vô Thọ, Tưởng, Hành, Thức; Vô nhãn, nhĩ, tỷ, thiệt, thân, ý; Vô sắc, thinh, hương, vị, xúc, pháp; Vô nhãn giới, nãi chí vô ý thức giới.

Đoạn III này dùng chữ: "Vô của Bát Nhã" phá chấp thật, cũng là để tẩy sạch đi cái tri kiến phàm phu, cái Tâm vọng tưởng vô minh của chúng ta.

"Thị chư Pháp không tướng"

Có nghĩa là: Toàn thể các Pháp ở thế gian dù có hình tướng, hay không có hình tướng đều vốn dĩ là không tướng bất sinh, bất diệt. Chính **là Tự Tính** của toàn thể các Pháp ở thế gian.

Vì tất cả là do:

Bát Nhã Ba La Mật Đa hay hiển thị tướng thế gian
(Bát Nhã Kinh)

Nhất Thiết Duy Tâm Tạo
(Hoa Nghiêm Kinh)

Chư Pháp tùng Bản Lai
Thường tự tịch diệt Tướng
(Pháp Hoa Kinh)

Cho nên:

Sắc chẳng thể rời được **Không**
Không cũng chẳng thể rời được **Sắc**.

Vạn Pháp hiện hữu trước mặt chúng ta đều có Phật Tính! Nên tự nó vừa có hình tướng và tự nó cũng vừa tịch diệt tướng rồi, không cần phải tiêu hủy đi thì nó mới không còn hình tướng; nếu chúng ta nghĩ rằng phải đem hủy diệt nó đi, thì ngay lập tức chúng ta bị rơi vào cái không của đoạn diệt!

Chữ **Không**, chữ **Vô** trong đoạn III của Kinh Bát Nhã này, chúng ta lại càng phải hiểu nó ở nghĩa tích cực và cũng là đang trong giai đoạn tuần tự vi tiến, cho nên chữ **Không**, chữ **Vô** lại tự thiên biến, vạn hóa thành cái **Vô của Bát Nhã** phá chấp thật.

Cái **Vô của Bát Nhã** phá chấp với 3 nghĩa như sau:

1. Cái **Vô** phá đi những tác ý, những ý niệm chấp có thật hay chấp không có thật, cho dù là chấp **siêu việt Có** hay chấp **siêu việt Không**.

2. Cái **Vô** này đồng thời còn tẩy sạch đi những tri kiến của Tâm Thức vô minh.

3. Cái **Vô** còn tuyệt siêu hơn nữa là khi cái **Vô** càng vĩ đại thì cái diệu dụng, diệu hữu càng nhiệm mầu và cũng càng hữu hiệu y như vậy.

Tất cả cũng chỉ vì: **Thị chư Pháp không Tướng** như thế nên tự động vạn Pháp:

Bất sinh, bất diệt, bất cấu, bất tịnh, bất tăng, bất giảm

Và vạn Pháp đều cùng một nghĩa của chữ "Vô" vi diệu như ba nghĩa ở trên, cho nên trong cái Không Tướng ấy, tức trong cái "**Thị cố Không Trung**" ấy, thì:

- Không có cái gì để cho chúng ta chấp thật là có Ngũ Uẩn: Sắc, Thọ, Tưởng, Hành, Thức.
- Không có cái gì để cho chúng ta chấp thật là có Sáu Căn: Nhãn, Nhĩ, Tỷ, Thiệt, Thân, Ý.
- Không có cái gì để cho chúng ta chấp thật là có Sáu Trần: Sắc, Thanh, Hương, Vị, Xúc, Pháp.
- Cũng không có cái gì để cho chúng ta chấp thật là có 18 Giới.

Và vẫn với nghĩa của chữ "Vô" vi diệu, nhiệm mầu là:

- "Vô" vừa phá đi cái ý niệm chấp thật
- "Vô" vừa tẩy sạch đi cái Tri Kiến của Tâm Thức
- "Vô" vừa hiển bày cái diệu dụng, cái năng lực, cái thanh tịnh, cái Trí Tuệ và cái Vạn Đức...

Đoạn IV

Nên đoạn kinh sau đây cũng thế:

Vô vô minh, diệc vô vô minh tận; Nãi chí vô lão tử, diệc vô lão tử tận; Vô khổ, tập,

diệt, đạo; Vô trí, diệc vô đắc. Dĩ vô sở đắc cố, Bồ Đề Tát Đỏa y Bát Nhã Ba La Mật Đa cố, tâm vô quái ngại, vô quái ngại cố, vô hữu khủng bố, viễn ly điên đảo mộng tưởng, cứu cánh Niết Bàn.**

Chữ "Vô của Bát Nhã" với ba nghĩa trên là để khẳng định rõ ràng:

Không có cái gì để chúng ta chấp thật là có vô minh để tận nó đi. vì vô minh chỉ là cái vọng tưởng không có thật.

Vô vô **minh, diệc** vô vô **minh tận**

Tất cả chỉ là vọng tưởng làm chúng ta có khái niệm nhị biên: già/trẻ, sống/chết mà thôi. Vì vậy, không có cái gì để chúng ta chấp thật là có già, có chết cả.

Đồng thời đoạn này còn dạy là chẳng có đường lối tu Quán Thập Nhị Nhân Duyên để cho chúng ta chấp thật là có đắc Duyên Giác (Bích Chi Phật, Độc Nhãn Phật).

Nãi chí vô lão tử, diệc vô lão tử tận

Cũng chẳng có đường lối tu theo Tứ Thánh Đế là: "Khổ, Tập, Diệt, Đạo", để chúng ta chấp thật là có đắc Thanh Văn (Bốn quả vị Thánh Đế: Tu Đà Hoàn, Tư Đà Hàm, A Na Hàm và A La Hán. Nghe tiếng Phật dạy mà ngộ đạo nên gọi là Thanh Văn).

Vô khổ, tập, diệt, đạo

Và cũng chẳng có cái gì gọi là đường lối tu Trí Tuệ để cho chúng ta chấp thật là có đắc Bồ Tát.

Vô trí, diệc vô đắc

Thật đúng như vậy vì:

Dĩ vô sở đắc cố

Tất cả đều không chấp thật có chứng đắc gì cả thì mới phù hợp với chữ "Vô của Bát Nhã" vi diệu như trên đã giải thích, và mới có đủ năng lực, đạo lực làm Bồ - Tát:

Bồ-Đề-Tát-Đỏa

Để giác hữu tình, tức giác ngộ cho chúng sinh.

Nếu tất cả đều "Vô" sở đắc thật sự 100% y chữ **Vô vi diệu** của Bát Nhã đã giải thích ở trên, thì thân tâm tuyệt đối là thân tâm Bát Nhã, vốn tự thanh tịnh, tự hiển bày cái diệu dụng, cái năng lực hữu dụng tuyệt đối. Đấy chính là:

Bát-Nhã Ba-La-Mật-Đa cố

Và cũng vì hoàn toàn "Vô sở đắc" như thế, y như nghĩa "Vô của Bát Nhã" ở trên, nên Tâm không bị cái sở đắc làm quái ngại.

Do vậy mới được gọi là:

Y Bát-Nhã Ba-La-Mật-Đa cố, tâm vô quái ngại

Khi đã là Tâm Bát-Nhã vô quái ngại rồi, thì đương nhiên cũng được:

Vô hữu khủng bố

Chữ "Viễn Ly" ở đoạn Kinh này cũng y nghĩa như chữ "Vô của Bát Nhã" là:

Tự Ly những khái niệm chấp thật Có

Tự Ly những tri kiến nhị biên của phàm phu

Và vì tự động Ly nên tự hiển thị diệu dụng của Bát Nhã.

Do vậy mà Kinh dạy:

Viễn ly điên đảo mộng tưởng, cứu cánh Niết-Bàn

Câu Kinh này có nghĩa:

Không có cái gì để cho chúng ta chấp thật là có cứu cánh Niết-bàn cả. Sở dĩ chúng ta chấp là có Niết-bàn thật sự là do sự hiểu lầm về mọi tác động của Tâm vọng tưởng: lúc thì nó liên tục tán loạn bời bời, lúc thì nó ngưng, (chính lúc ngưng đó), chúng ta hiểu lầm là Niết-bàn! Cái ngưng tạm thời không suy nghĩ, không có một vọng tưởng gì cả, nó hoàn toàn trống rỗng lâu hay mau là tùy từng hành giả tu **Thiền** với từng pháp môn khác nhau mà có tình trạng đó xảy ra, nhất là các vị tu **Thiền Chỉ** là **Thiền "Samatha"**. Cho nên, khi chúng ta đã hiểu rõ như vậy thì đừng chấp là có Niết-bàn. Như thế mới không bị sự điên đảo của Tâm Thức Vọng Tưởng làm phiền.

Đoạn Kinh V:

Tam thế Chư Phật y Bát-Nhã-Ba-La-Mật-Đa cố,

đắc A-Nậu- đa-la-tam-miệu tam-bồ-đề.

Đoạn kinh nầy nói đến Tam Thế Chư Phật (Chư Phật ba đời) cũng phải y chỉ theo đường lối "Bát Nhã" thì mới đạt đến được "A-Nậu-đa-la-tam-miệu tam-bồ-đề" là Vô Thượng Chánh Đẳng Chánh Giác.

Tức là:

Ngay cả Chư Phật ba đời (Tam Thế Chư Phật), sau khi đã phá được Chấp Thật "Có" từ Phàm Phu, Tiểu Thừa, Trung Thừa, Đại Thừa cho đến Tối Thượng Thừa, phá sạch hết mọi tri kiến, không còn chấp thật bất cứ pháp môn nào nữa thì mới đạt đến:

"A-Nậu-đa-la-tam-miệu tam-bồ-đề" tức
Vô Thượng Chính Đẳng, Chính Giác

"Y chỉ Bát Nhã" là phải thông suốt hết mạch kinh, phải hiểu tuần tự từ thô tới tế, từ suôi tới ngược, nhất là phải hiểu rốt ráo những chữ **Không**, **Vô** và **Ly**.

Vì Tự Tính **Không** nên vạn Pháp đều tự động Bất Nhị, do đó:

Sắc tức thị **Không, Không** tức thị **Sắc**

Vì Tự Tính **Vô Sinh** nên vạn Pháp đều tự động:

Bất Sinh Bất Diệt

Vì Tự Tính **Ly** nên vạn Pháp đều tự động:

Vô Sở Trụ

Mục đích nhắc đi nhắc lại ý nghĩa vô cùng quan trọng của ba chữ nầy (**Không, Vô, Ly**) là để chúng ta thấm nhuần y chỉ của **Bát-Nhã Tâm-Kinh** và sửa soạn vào đường lối "**Niêm Hoa Thị Chúng**" tức phương pháp Tu Trực Chỉ của đức Phật Thích-ca

Mâu-ni thì mới tu tới được Vô Thượng Chánh Đẳng Chánh Giác.

Và đồng thời: Với ba chữ: "**Không**", "**Vô**", "**Ly**" này: Đức Phật còn dùng để phá chấp thật Có, phá chấp thật Không, tức phá đi Tâm Thức Nhị Biên, cũng là phá "Nhất Niệm Vô Minh". Và vẫn với chữ **Vô** lại được dùng để nói đến cái "Vô Niệm" là phương cách:

"**Trực chỉ Nhân Tâm,
Kiến Tính Giải Thoát Sinh Tử**"

Sau đây là phương cách tu "Trực Chỉ Bát Nhã" với chữ **Vô** của Tâm Kinh cũng không khác với Lục Tổ Huệ Năng đã dạy: Lấy **Vô Niệm** làm Tông Chỉ để Tu.

Vô Niệm } Vô: Là Vô Tâm Thức Nhị Biên phân biệt
Niệm: Là Niệm Chân Như Bản Tính

Tới đây chúng ta đang ở đoạn V với câu Kinh:

Tam thế Chư Phật y Bát-Nhã-Ba-La-Mật-Đa cố,

đắc A-Nậu- Đa-La-Tam-Miệu Tam-Bồ-Đề.

Dạy về chư Phật ba đời cũng phải tu theo Bát Nhã Ba La Mật Đa (tức là tu theo Bát Nhã **Tính Không** cũng là tu theo Trực Chỉ chữ **Vô** của Bát Nhã), thì mới đắc được "Vô Thượng Chính Đẳng Chính Giác"! Cho nên chúng tôi lại phải xin tạm ngưng khoảng 2 trang giấy, để nói về phương cách Thiền Trực Chỉ "Niêm Hoa Vi Tiếu", tức phương cách: "Giáo Ngoại Biệt Truyền" của Đức Phật đã truyền qua các Tổ cho đến ngày hôm nay, có nhiều cách như: Ngồi Thiền đúng cách; Tham Thoại Đầu; Tham Công Án; Chỉ Quán Đả Tọa tức là cách Thiền chú Tâm vào Hơi Thở v.v...

Hiện tại với chúng ta thì dùng Vô Niệm để tẩy xóa sạch mọi tri kiến, mọi tập khí phàm phu, bằng cách thay **Nhất Niệm Vô Minh** bằng **Chân Như Niệm**. Có nghĩa là: Bằng sự chú tâm tuyệt đối làm sao mà ngoài **Chân Như Niệm** ra sẽ không có bất cứ Niệm nào khác của Tâm Thức Vọng Tưởng chen vào nữa. Tức là thay vì chúng ta công phu theo cách tham câu Công Án hay câu Niệm Phật v.v... bằng cái miệng, hoặc bằng cổ họng, hoặc bằng ý nghĩ trong đầu; đó chỉ là công phu hời hợt bên ngoài của Thức Số Sáu (Ý Thức) thì bây giờ chúng ta dùng ngay Thức Số Bảy để công phu (Thức Số Bảy là cái Thức luôn nghĩ ngợi, nói thầm thì liên miên suốt ngày đêm không ngưng nghỉ).

Nay chúng ta bắt Thức Số Bảy đó thay những cái nói thầm thì lôi thôi ấy bằng sự nỗ lực chú tâm Tham Thiền tức là **hỏi câu Công Án** (hỏi tức là Tham).

Khi chúng ta ngồi Thiền, hãy dùng sự nỗ lực chú tâm 100% để nhận biết từng Hơi Thở vào, từng Hơi Thở ra, cũng như nhận biết từng câu hỏi của câu Công Án, có nghĩa là mình đang Tham, tức đang hỏi, cũng là đang Công Phu... nhưng nếu có trường hợp bị Vọng Tưởng xen vào, hoặc tự dưng mình ngừng

Tham, ngừng hỏi thì sự nhận biết cũng tự động nhận ra ngay lập tức.

Chúng ta nên nhớ: Hơi Thở vào, Hơi Thở ra, cũng như những câu Tham, tức những câu hỏi về Công Án đều là sự Vô Thường, nên lúc có, lúc không, tức là lúc sống, lúc chết! Còn **Cái** Đang **Nhận Biết thì ngược lại, nó thường hằng và lúc nào cũng vẫn đấy, nó rất bén nhạy**, cho nên khi chúng ta Tham Thiền có liên tục hay không liên tục, tức là câu Công Án chúng ta có hỏi hay không hỏi nữa, nó đều nhận biết hết, thì Thở hay không Thở nữa nó cũng nhận ra y như vậy.

Đấy là cách công phu trực chỉ của Bát Nhã: làm sao từ Thức Số Bảy đi vào Tâm Thức Số Tám, để phá đi cái cội nguồn Vô Minh, Vô Tướng mà trong từng Sát Na, nó đã, và vẫn đang chiêu cảm những thiện/ác của chúng ta trong hằng hà sa số kiếp thành một dòng Nghiệp Lực, tuy vô hình, vô tướng, nhưng rất kiên cố, rất sâu dầy, và cũng rất phân minh theo Nhân Quả, để đưa chúng ta đi quanh vòng bánh xe luân hồi mãi mãi.

Đó là sự thật! Nếu chúng ta muốn vĩnh viễn thoát khỏi vòng sinh tử, thì không có cách gì ngoài cách phá đi cái vòng nghiệp lực vô hình, vô tướng ấy, tức là làm sao phải phá cho được cái Kho Vô Tướng, tức Thức Số 8 (Tám) đang chứa Nhân Quả thiện / ác trong hằng hà sa số kiếp của chúng ta; nếu chúng ta phá được Tâm Thức ấy, thì mới vĩnh viễn giải thoát; và đó mới đích thật là **A-Nậu-Đa-La-Tam Miệu Tam-Bồ-Đề.**

PHẦN I • Kỳ VII • Bát Nhã Tính Không

Nếu chúng ta kiên trì và khao khát giải thoát sinh tử thì chúng ta hãy y chỉ cách tu theo Bát Nhã của Đức Phật là dùng ngay cái "Vô Niệm" mà công phu, vì chỉ có cách này là vào thẳng được Thức Số Bảy, để rồi tiến vào Thức Số Tám, mà phá cho hết cái **"Không"** sâu dầy kiên cố đó! Ngoài ra đường lối nào cũng vẫn bị cái "Không" này án ngữ vì chưa được rốt ráo mặc dầu mọi đường lối vẫn là của Đức Phật dạy.

Phải chăng Ngài muốn chúng ta trước sau gì khi tiến tới cứu cánh tuyệt đối là phải thông suốt cả bốn Thừa (Tiểu Thừa, Trung Thừa, Đại Thừa, Tối Thượng Thừa), rồi hãy gọi là Nhất Thừa hay Bát Nhã Ba La Mật Đa (vô tu, vô chứng, vô Pháp Môn, vô danh tự, vô lời nói). Đó là y chỉ bài Kinh Bát Nhã 260 chữ mà Đức Phật đã hướng dẫn chúng ta.

Tại đây xin nói về kết quả của Công Phu khi chúng ta thực hành công phu trực chỉ này:

Vâng, với Thức Số Bảy mà công phu không bị gián đoạn thì sẽ có Nghi Tình và nhờ công phu Nghi Tình sẽ tự động giúp chúng ta thanh tịnh được Thức Số Bảy và mọi tán loạn Tâm trong từng Sát Na, để rồi tiến vào Thức Số Tám. Nếu vẫn giữ Công Phu thật miên mật như thế, thì tự động chúng ta sẽ chuyển hóa được Tâm Thức Vọng Tưởng thành Nhất Tâm, rồi vượt Niệm/Vô Niệm, và cuối cùng là vượt cả Vô Tâm lẫn Hữu Tâm. Để rồi Thân Tâm, Vũ Trụ, Vạn Vật chỉ là **Thật Tướng Bát Nhã Ba La Mật** Đa.

Vô Tâm là hoàn toàn không một mảy may niệm nào của hữu tâm (tức Thức Tâm), mà duy nhất là công phu thôi, vì công phu quá ư miên mật đến nỗi tưởng như không hề có công phu.

Nếu chúng ta giữ được công phu miên mật không ngưng nghỉ như vậy… kể cả trong mọi tư thế: Đi, đứng, nằm, ngồi, ngủ, nghỉ, làm việc v.v… cho đến khi toàn thể thân tâm đều là công phu… thì đó mới là công phu với Chân Như Niệm thật sự! Để rồi tự động Chân Như Niệm này hiển bày toàn là diệu dụng, diệu hữu của Thân Tâm Bát Nhã tức "Thân Tâm Nhất Như".

Thưa đó là đường lối "Niêm Hoa Thị Chúng", tức đường lối "Bát Nhã Trực Chỉ" mà Đức Phật thuyết Pháp tại Hội Linh Sơn, núi Linh Thứu.

Xin được nhắc sơ về sự tích "Niêm Hoa Thị Chúng" của Đức Phật Thích-ca Mâu-ni.

Niêm hoa vi tiếu (Niêm Hoa Thị Chúng): Đây là một giai thoại Thiền, ghi lại sự kiện Đức Phật Thích-ca Mâu-ni đưa cành hoa lên khai thị, tôn giả Ma-ha Ca-diếp mỉm cười.

Ngày hôm ấy, trên núi Linh Thứu trước mặt đông đảo đại chúng, Đức Thế Tôn không tuyên thuyết pháp như mọi ngày, mà lặng lẽ đưa lên một cành hoa. Đại chúng ngơ ngác, chẳng ai hiểu gì, duy chỉ có đại trưởng lão Ma-ha Ca-diếp mỉm cười. Đức Phật liền tuyên bố với đại chúng: *"Ta có Chánh Pháp Nhãn Tạng, Niết-Bàn Diệu Tâm, Thật Tướng mà Vô Tướng. Đó là Pháp Môn Vi Diệu, không lập văn tự và lời nói, tức Giáo Ngoại Biệt Truyền. Nay ta trao cho Ma-ha Ca-diếp"*

Đoạn Kinh:

Tam thế Chư Phật y Bát Nhã Ba La Mật Đa cố,

đắc A Nậu Đa La Tam Miệu Tam Bồ Đề.

Đoạn này được giải thích cặn kẽ vì nó là đường lối Tu Trực Chỉ Bát Nhã vô cùng quan trọng, rất cần thiết không thể thiếu cho tất cả mọi hành giả đã đi đến mức tu cuối cùng của mục đích giải thoát sinh tử vĩnh viễn là A-Nậu-đa-la-tam miệu Tam-Bồ-Đề, là Chính Đẳng Chính Giác.

Sau đây xin được tiếp theo nốt hai đoạn cuối của bài Kinh Bát Nhã 260 chữ.

Đoạn kinh:

Cố tri Bát Nhã Ba La Mật Đa thị đại thần chú, thị đại minh chú, thị vô thượng chú, thị vô đẳng đẳng chú, năng trừ nhất thiết khổ, chân thật bất hư.

Đoạn Kinh này nhấn mạnh về năng lực thanh tịnh là kết quả của sự tu hành. Tùy theo sự khao khát giải thoát sinh tử ở cỡ nào, để có sự kiên trì, sự nỗ lực, sự tự tin mà y chỉ việc tu hành theo đường lối Trực Chỉ Bát Nhã.

Như đã nói ở trên, khi đã thâm nhập, đã hiểu, đã thông suốt Tâm Bát Nhã rồi, thì cuối cùng chúng ta phải dùng cái "Vô Vi Diệu" để quét, để tẩy tịnh cho hết những tri kiến đã học, đã hiểu, đã chấp, dù chỉ là sự chấp chước thoáng qua, rất mơ hồ, cũng không phù hợp với Tự Tính Bát Nhã được.

Thế đấy, cái "**Không**", cái "**Vô**" trong Đạo Phật, tức cái "**Không**", cái "**Vô**" của Bát Nhã Tâm tuyệt diệu làm sao! Vì cái "**Không**", cái "**Vô**" nhiệm mầu này phá tới đâu, tẩy tịnh tới đâu thì cái Diệu Dụng, Diệu Hữu, Diệu Hạnh, Diệu Đức và "Năng Lực Vi Diệu" của Tự Tính Bát Nhã hiện ra tới đó…

Do vậy mà sự đọc, tụng Chú, tức là "tụng mệnh lệnh của Chú" có hữu hiệu ít, có hữu hiệu nhiều hay có hữu hiệu tối đa, đều là do sự tương ứng tu hành của các vị hành giả đã thâm nhập Bát Nhã đến cỡ nào, và sự hành thâm cái "**Vô**" phá chấp thật, cũng là cái "**Vô**" tẩy tịnh mọi tri kiến phàm phu được tới đâu thì cái Năng Lực của Tự Tính Bát Nhã sẽ hiện hữu để thể hiện sự thực dụng ở cỡ đó! Cho nên khi tụng Kinh Bát Nhã là tụng Chú Bát Nhã, cũng là tụng mệnh lệnh của Tự Tính Bát Nhã để tự độ và tha độ chúng sinh… thì tùy theo mức độ thực hành cái "**Vô**" (phá chấp thật) của từng vị hành giả, có sự thanh tịnh càng nhiều thì càng bộc phát sức mạnh, sức dụng và sức chiêu cảm để lợi ích chúng sinh …

Tóm lại, tùy theo kết quả tu hành của từng vị để có sự phát huy "mệnh lệnh của Tự Tính Bát Nhã" và cũng y theo từng trình độ của các vị để mà có năng lực biến thiên như sau:

Mệnh lệnh của Tự Tính Bát Nhã chỉ phát hiện ở mức độ:

"Đại Thần Chú"

Mệnh lệnh của Tự Tính Bát Nhã phát hiện ở mức độ cao hơn là:

"Đại Minh Chú".

Mệnh lệnh của Tự Tính Bát Nhã phát hiện ở mức độ tối đa là:

"Vô Thượng Chú".

Mệnh lệnh của Tự Tính Bát Nhã phát hiện tới cứu cánh là không còn gì có thể so sánh được nữa là:

"Vô Đẳng Đẳng Chú".

Cái tự độ và tha độ của một hành giả khi tụng, đọc "Chú Bát Nhã" tức tụng Bát Nhã Tâm Kinh mà sức diệu dụng của Tự Tính Bát Nhã thể hiện được mệnh lệnh là "Vô Đẳng Đẳng Chú", thì quả đúng là "Năng trừ nhất thiết khổ, chân thật bất hư" thật sự rồi.

Đoạn chót là câu Chú Bát Nhã Ba La Mật Đa:

Cố thuyết Bát Nhã Ba La Mật Đa Chú, tức thuyết chú viết:

Yết đế, yết đế, ba la yết đế, ba la tăng yết đế, Bồ đề tát bà ha.

Đây là một câu Chú ngắn, gọn. Nếu chúng ta tụng thật nỗ lực bằng Nhất Tâm Thanh Tịnh thì cũng thể hiện được cái mệnh lệnh của Tự Tính Bát Nhã rất hữu hiệu khi cần thiết! Nhất là khi vội vã không đủ thời gian để tụng nguyên cả bài kinh Bát Nhã.

Chú Ý:

"Thần Chú" là mệnh lệnh, biểu hiện sức diệu dụng, sức mạnh, cũng là năng lực vi diệu của Bát Nhã Tính.

PHẦN I • Kỳ VIII • Bát Nhã Tính Không

Tranh Phụ Bản: Họa Sĩ Thúy Vinh

Kỳ VIII

Bát Nhã Tính Không

Bộ Kinh **Bát Nhã Tính Không** hầu hết được cô đọng trong hai **Yếu Chỉ** dưới đây, dùng để làm **Tông Chỉ,** tức là để căn cứ vào hai **Yếu Chỉ** đó mà khai triển, diễn giải sự thiên biến vạn hóa về nghĩa siêu việt, không ngần mé của vạn Pháp do **Bát Nhã Tính Không** tạo dựng nên! Và cũng vì sự thiên biến vạn hóa của "Bát Nhã Tính" như thế, nên chúng ta không thể tránh được việc nhắc đi, nhắc lại rất nhiều lần… Tuy nhiên mỗi chỗ cần nhắc như vậy, đều có nghĩa khác nhau! Do vậy mà khi đọc về "Bát Nhã" chúng ta rất cần sự kiên trì và suy tư thật nhiều, hầu thấm nhuần những Diệu Nghĩa của **Bát Nhã Tính Không** là thế. Và đây là:

Yếu Chỉ I

Tự Tính Không
Tự Tính Bất Nhị

Tự Tính Vô Sinh
Tự Tính Ly

Yếu Chỉ II

Sắc bất dị **Không**
Không bất dị **Sắc**

Sắc tức thị **Không**
Không tức thị **Sắc**

Chúng tôi xin được mạn phép gọi hai **Yếu Chỉ** ấy là hai **Phương Trình** cho dễ hiểu, dễ nhớ:

Phương Trình 1:

Tự Tính Không
Tự Tính Bất Nhị
Tự Tính Vô Sinh
Tự Tính Ly

Vì vạn Pháp là Tự Tính Không cho nên vạn Pháp: Không quá khứ, không hiện tại, không vị lai; Không thời gian, không không gian; Không phương tiện; Không danh từ, không lời nói v.v…

Vì vạn Pháp là Tự Tính Bất Nhị cho nên vạn Pháp: không đẹp / không xấu; Không giỏi / không dốt; Không yêu/ không ghét; Không vui / không buồn; Không đi / không về; Không chứng / không đắc;Không sinh / không tử.

Vì vạn Pháp là Tự Tính Vô Sinh cho nên vạn Pháp: không sinh, không diệt; Không sạch, không nhơ; Không tăng, không giảm; Không còn, không mất v.v…

Vì vạn Pháp là Tự Tính Ly cho nên vạn Pháp: Tự Tịnh, Tự Định, Tự chiếu tỏa, Tự vi diệu, Tự nhiệm mầu; Tự chẳng dính dáng gì đến mọi phiền não, trần lao, tập khí của Vọng Tâm Thức.

Phương Trình II:

Sắc bất dị Không
Không bất dị Sắc

Sắc tức thị Không
Không tức thị Sắc

Sắc tức thị Không là: Toàn thể vũ trụ vạn vật cũng là toàn Pháp, cũng là vạn vạn sắc tướng đang hiện hữu đều do **Bát Nhã Ba La Mật Đa Tính Không** hiện hóa, nên vạn vạn pháp đó là **Tính Không** và là "Tính Không" vi diệu nhiệm mầu, tức **Chân Không** nhưng lại có **Diệu Hữu** và "Diệu Hữu" chính là vũ trụ vạn vật...

Không tức thị Sắc là: **Bát Nhã Ba La Mật Đa Tính Không** tức là toàn thể vũ trụ vạn vật, cũng là vạn Pháp, cũng là vạn sắc tướng đang hiện hữu ngay đây. Vạn pháp hiện hữu này vừa là **Sắc** cũng vừa là **Không**.

Thật ra đã gọi là **Tính Không**, là Tính Giác, là **Phật Tính** thì không thể nào phân tích, giảng giải, lý luận gì được, nhưng vì phương tiện nên chúng ta cũng phải tạm dùng mọi danh từ, mọi lời nói dù là giả danh để diễn giải, thì mới có thể tạm hiểu về **Tính Không** ấy:

Thật Tính của các Pháp rỗng không nên:

Không Pháp nào cộng với Pháp nào.

Thật Tính của các Pháp rỗng không nên:

Các Pháp đều Vô Sở Hữu, Vô Sở Hữu chính là Tự Tính của các Pháp. Đây cũng gọi là các Pháp Vô Vi.

Thật Tính của các Pháp rỗng không nên:

Các Pháp vốn Vô Sinh, Vô Diệt, Vô Cấu, Vô Tịnh.

Thật Tướng của các Pháp rỗng không nên:

Các Pháp chẳng khởi, chẳng thành tựu.

Thật Tính của các Pháp rỗng không nên:

Các danh tự Chư Phật, các danh tự Bồ Tát, cùng danh tự của các Pháp đều vốn không tên gọi, tên gọi là giả danh, tên gọi vốn Vô Sở Hữu nên tên gọi chẳng an trụ.

Thật Tính của các Pháp rỗng không nên:

Tác dụng Bất Khả Đắc, các Pháp đều Bất Khả Đắc, vì Bất Khả Đắc như thế nên chẳng thể thấy. Chẳng hạn như "Hữu Vi Tính" chẳng thấy "Vô Vi Tính" vì nếu rời "Hữu Vi" thì chẳng thể nói "Vô Vi", và rời "Vô Vi" thì chẳng thể nói "Hữu Vi"; cho nên đối với tất cả các Pháp đều không chỗ thấy và cũng chẳng thấy Pháp nào ra ngoài "Thật Tính" này hay còn gọi là "Pháp Tính" này; và cũng vì Bất Khả Đắc nên không chấp chước, thì sẽ tăng thêm sự kỳ diệu, nhiệm mầu, tuyệt siêu lợi lạc.

Thật Tính của các Pháp rỗng không nên:
Các Pháp đều không có tướng hoại.

Thật Tính của các Pháp rỗng không nên:
Chỉ dùng danh từ để nói, để giảng giải.

Tuy Thật Tính của các Pháp là vậy, nhưng nếu chúng ta không chí tâm học hỏi rốt ráo để hiểu và thực hành **Bát Nhã** cho thật **Ba La Mật**, thì hiểu như trên mới chỉ là giải thích và hiểu một chiều, cũng chẳng khác gì đồng tiền chỉ có một mặt thì không phải là đồng tiền. Bởi thế, với **Bát Nhã** là phải hiểu cả hai chiều mới chính thật là **Thật Tướng Bát Nhã**. Cho nên Đức Phật mới dạy rằng:

"Vô Sở Trụ mà vẫn an trụ"
"Xuất Thế mà vẫn Nhập Thế"
"Phật Pháp không rời Thế Gian Pháp"

Do vậy mà:

Sắc chính là Không
Không chính là Sắc

Vì thế mà trong **Bát Nhã Tâm Kinh**

Phẩm **"Xá Lợi"**

Phẩm **"Tập Tán"**

Phẩm **"Tạm Giả"**

Đức Phật dạy: "Phải dùng **Pháp Tướng** để tu", nghĩa là:

Phải có thân người với Sáu Căn (Mắt, Tai, Mũi, Lưỡi, Thân, Ý).

Phải có vũ trụ vạn vật với Sáu Trần (Sắc, Thanh, Hương, Vị, Xúc, Pháp).

Phải có Thất Đại (Đất, Nước, Gió, Lửa, Không, Kiến, Thức) và muôn Pháp đang hiện hữu, tức là dùng ngoại phương tiện để hướng vào nội phương tiện thì mới có thể nhận ra vạn Pháp với chúng ta là đồng nhất với **Bát Nhã Tính Không**.

Vạn Pháp là Bát Nhã Tính Không

Bát Nhã Tính Không là Vạn Pháp

Bát Nhã Tâm Kinh

"Phẩm **Hành Tướng**" Đức Phật dạy:

Mặc dầu là phải có thân người với Sáu Căn mới tu thành Phật được, nhưng nếu chấp thân người này có thật, thân này có đức hạnh, thân này đang tu hành giỏi dang, thân này có chứng, có đắc v.v… là tự mình khởi nên duyên này, duyên kia thì lại tự mình gây mọi phiền não, sinh tử… Có biết đâu vạn sắc tướng hiện hữu đều chẳng tương tục bao giờ! Vì không tương tục như thế cho nên vạn sắc tướng ấy mới không sinh, không diệt, còn trái lại vạn sắc tướng mà cứ vĩnh cửu, không thay, không đổi gì cả thì tất cả vạn vật chỉ giống như plastic, giống như gỗ, giống như đá, không thể hiện được sức sống linh động, kỳ diệu, tuyệt siêu, ý nghĩa đó là do câu Kinh Bát Nhã Đức Phật dạy:

Sắc chẳng tương tục, tức Sắc không sinh/không diệt
Sắc chẳng tương tục, tức Sắc không diệt/không mất

Cho nên phải có thân người, nhưng không được chấp chước thân này là thật hay là giả, là có hay là không, nếu được như thế thì mới gọi là hiểu được **Chân Lý Bát Nhã** và mới thành Phật ở ngay thân này.

Với cùng ý nghĩa ấy:

Trong **Kinh Bát Nhã**

"Phẩm **Tự**" Đức Phật dạy:

"Dùng phương pháp chẳng an trụ, mà an trụ mới là thực hành **Bát Nhã**."

Do vậy muốn giải thoát Sinh Tử thì phải học, phải hiểu **Bát Nhã** cho thật thấu đáo qua thân tâm Ngũ Uẩn hiện hữu của chúng ta và qua vũ trụ vạn vật ngay tại đây là sẽ ngộ Đạo, vì thế:

Trong **Kinh Bát Nhã**

"Phẩm **Phụng Bát**" Đức Phật dạy:

Trong **Tính Không** chẳng có Ngũ Uẩn: "Sắc, Thọ, Tưởng, Hành, Thức", nhưng nếu mà lìa "Sắc, Thọ, Tưởng, Hành, Thức" thì cũng chẳng có **Tính Không**.

Như vậy thì:

Sắc, Thọ, Tưởng, Hành, Thức tức là **Tính Không**.

Tính Không tức là **Sắc, Thọ, Tưởng, Hành, Thức**.

(Tính Không là Tính vi diệu, nhiệm mầu)

Nói rõ hơn:

Sắc chẳng khác với **Không**, cũng chẳng phải **Không** khác với **Sắc**,

thì **Thọ, Tưởng, Hành, Thức** cũng y như vậy.

Do đó chúng ta đừng bao giờ quên, nếu thậm thâm về **Bát Nhã**, thì tự động phải hiểu rằng: **Có** tất cả vạn Pháp ngay tại Thế Gian này, rồi sau đó mới được nói **Không Có** vạn Pháp! Tuy là phải nói thế là theo nghĩa của **Bát Nhã Tính Không**, nhưng sự thật thì phải hiểu rằng: dù muốn, dù không muốn thì tất cả vạn Pháp vẫn đang diễn tiến, hiện hóa, hóa hiện từng sát na không hề ngưng nghỉ bao giờ. Đó chính là sự **Siêu Việt Có**, vốn dĩ như vậy, thường hằng bất biến... Bởi vì vạn Pháp đều là do **Tự Tính Bát Nhã** hóa hiện, cho nên: Ngũ Uẩn vốn là Thật Tính, vốn là Tính Không siêu việt. Do vậy mà:

Sắc rỗng không nên không có "Tướng Hoại"
Thọ rỗng không nên không có "TướngThọ"
Tưởng rỗng không nên không có "Tướng Biết"
Hành rỗng không nên không có "Tướng Ngã"
Thức rỗng không nên không có "Tướng Tri Giác"

Còn ngược lại là chúng ta theo **Ngũ Uẩn Vô Minh** với Ý Niệm Bất Giác, nên cứ gán ghép cho là có Hoại, có Thọ, có Biết, có Ngã, có Tri Giác (Đó là tác ý Kiến, Văn, Giác, Tri của Tâm Thức).

Với **Bát Nhã Tâm Kinh** thì:

Tất cả vạn Pháp: Vũ Trụ vạn vật, con người (chẳng

trong Tam Giới, chẳng ngoài Tam Giới...) đều tự là **Tính Không**, đều tự là **Tính Bất Nhị**, đều tự là **Tính Vô Sinh**, đều tự là **Tính Ly**, nên đương nhiên phải có:

Ngũ Uẩn: Sắc, Thọ Tưởng, Hành, Thức
Các Căn: Mắt, Tai, Mũi, Lưỡi, Thân, Ý
Thất Đại: Đất, Nước, Gió, Lửa, Không, Kiến, Thức.

Thân Tâm của chúng ta

Sáu Trần: Sắc, Thanh, Hương, Vị, Xúc, Pháp.
Ngũ Đại: Đất, Nước, Gió, Lửa, Không.

Vũ Trụ Vạn Vật

Tất cả: Ngũ Uẩn, các Căn, các Trần, các Thức, Thất Đại vừa kể trên đều do **Tự Tính Bát Nhã** mà ra, cho nên tất cả đều chẳng sinh, chẳng diệt, đều vô ngã, đều vô sở hữu nên đều bất khả đắc, đều là Tính Ly tức là **Tự Tính Tịch Diệt**; mà đã tịch diệt thì là bất sinh! Như vậy vạn Pháp đều chỉ là **Như** duy nhất, không hai, không khác! Đó là **Thật Tính Không** trong **Bát Nhã**, cũng chính là **Chân Không**; mà đã là **Chân Không** thì không thể nào rời **Diệu Hữu**...Vì vậy, **Thật Tính Không** mới không thể rời Thân Tâm hiện hữu của chúng ta và toàn thể vũ trụ vạn vật này.

Bởi thế, khi thực hành Bát Nhã, chẳng nên có ý niệm bất giác, nghĩa là ý niệm phải phá hoại **Tướng** của các Pháp để rồi bị đi vào đoạn diệt Sinh Tử.

Thí dụ như chúng ta chấp:

Khi chúng ta chết, phải đem thiêu rồi mới gọi là không!

Cái nhà, phải phá tan tành hoặc bị hư hoại, tàn như tro bụi rồi mới gọi là không!

Thì những cái không đó gọi là không tiêu cực, tức là cái không của Nhất Niệm Vô Minh luôn luôn trong nhị biên tương đối, là cái không của sinh tử.

Có biết đâu rằng:

Vạn Pháp vốn tự đã là **Không,** cũng vốn tự là **Sắc,** vạn Pháp vốn tự **Vô Sở Trụ** mà lại **An Trụ.**

Vạn Pháp vốn tự **Xuất Thế** mà vẫn **Nhập Thế.**

Cho nên,

Trong Bát Nhã Tâm Kinh

"Phẩm **Tùy Hỷ**" Đức Phật dạy:

Chư Phật, chư Bồ Tát chẳng chấp thật, chẳng chấp giả mà thực hành y chỉ của Bát Nhã để hiểu rằng:

Vạn Pháp vốn chẳng hai Pháp, chẳng phải chẳng hai Pháp.

Vạn Pháp vốn chẳng phải Tướng, chẳng phải chẳng Tướng.

Vạn Pháp vốn chẳng phải Pháp có thể được, chẳng phải Pháp chẳng thể được.

Vạn Pháp chẳng phải Có, chẳng phải chẳng Có.

Chẳng Thấy, chẳng Biết, chẳng Nghe, chẳng phải chẳng Thấy, chẳng phải chẳng Biết, chẳng phải chẳng Nghe.

Có như thế mới là tuyệt đối Thấy, Nghe, Biết tức là siêu việt Thấy, siêu việt Nghe, siêu việt Biết.

Với **Bát Nhã Ba La Mật** thì vạn Pháp vốn chẳng phải quá khứ, chẳng phải vị lai, chẳng phải hiện tại, nhưng chẳng bỏ Cõi Dục, Cõi Sắc, Cõi Vô Sắc, cũng chẳng trụ Cõi Dục, Cõi Sắc, Cõi Vô Sắc.

Với **Bát Nhã Ba La Mật** thì vạn Pháp cũng chẳng trụ Pháp **Vô Vi**, chẳng bỏ Pháp **Hữu Vi**. Những **Pháp Tướng** này luôn luôn thường trụ, không sai, không khác… Vì Pháp Tướng, Pháp Trụ, Pháp Vị đều thường trụ nên chẳng hề sai, chẳng hề mất bao giờ!

Vì thế mà:

Bát Nhã Tâm Kinh

"Phẩm **Vô Tác**" Đức Phật dạy:

Với Bát Nhã, dầu rằng vạn Pháp đều là Tự Tính rỗng không, nhưng chư Đại Bồ Tát lại bởi nơi **Bát Nhã Ba La Mật** mà được **Vô Thượng Bồ Đề**; vì các Pháp tự là **Tướng Không** thì **Tướng Không** đó đã chính là **Vô Thượng Bồ Đề**; và cũng vì **Bát Nhã Ba La Mật** là **Tính Không** như vậy, nên mới: Không Nói, không Nghe, không Thấy, không Biết, không Chứng… Do đó mà không diệt, không mất.

Ngược lại, người vô minh thì lúc nào cũng lăng xăng với những cái: Thấy, Nghe, Hay Biết… là tại cái **Bất Giác** của chúng ta chia **Tính Giác** (**Phật Tính**) làm sáu Giác Quan là: cái **Thấy**, cái **Nghe**, cái **Ngửi**, cái **Nếm**, cái **Hay**, cái **Biết** để rồi đi vào Sáu Nẻo Luân Hồi, tức là đi vào <u>cái diệt</u>, <u>cái mất</u>.

Xin nhấn mạnh để chúng ta đừng quên rằng chư Phật, chư Đại Bồ Tát thực hành theo y chỉ **Bát Nhã Tính Không** và lại chính ngay nơi **Bát Nhã Tính Không** đó mà được **Vô Thượng Chính Đẳng, Chính Giác**! Bởi các Pháp vốn tự là **Tướng Không** nên chính **Tướng Không** đó là **Vô Thượng Bồ Đề**! Và vì Vô Thượng Bồ Đề là **Tính Không**, là **Bát Nhã Tính**, là **Phật Tính**, cho nên mới: Siêu việt toàn thể **Sắc/Không**, siêu việt mọi phương tiện, siêu việt mọi chứng đắc, siêu việt mọi Thấy, Nghe, Hay, Biết, và bặt mọi ngôn ngữ, lý luận, giảng giải v.v…

Bởi những lý lẽ vừa kể trên, nên khi chúng ta tạm dùng danh từ để viết, để nói, để giảng, để tạm diễn nghĩa về Phật Pháp, về **Bát Nhã Tính Không**, thì phải tuyệt đối chú ý mà y chỉ Chân Lý **Bát Nhã Tính Không**, tức sẽ không bao giờ có thể ra ngoài được những dữ kiện sau đây:

1. Nếu đã "Xác Định" là có vũ trụ vạn vật, thì ngay sau đó phải "Phủ Định" là không có vũ trụ vạn vật.

2. Nếu đã "Phủ Định" là không có vũ trụ vạn vật, thì ngay sau đó phải "Xác Định" là có vũ trụ vạn vật.

Vũ trụ vạn vật tức vạn Pháp hiện hữu

Nói rõ hơn, nếu chúng ta "Xác Định" trước là **Có** vạn Pháp, thì sau đó chúng ta phải "Phủ Định" ngay là **Không Có** vạn Pháp! Hoặc ngược lại là nếu chúng ta "Phủ Định" trước là **Không Có** vạn Pháp, thì ngay sau đó chúng ta phải "Xác Định" là **Có** vạn Pháp, nhưng phải diễn giải cho thật rành mạch là vạn Pháp cũng là toàn thể:

Vạn vạn sắc tướng tức thị **Không**
Không tức thị **vạn vạn sắc tướng**.

Sắc/Không ấy không thể rời nhau như đã nói ở trên, được dẫn chứng qua: "**Phẩm Phụng Bát**" của "Bát Nhã Tâm Kinh" Đức Phật dạy:

Trong **Tính Không** chẳng có Ngũ Uẩn: Sắc, Thọ, Tưởng, Hành, Thức, nhưng nếu mà lìa Sắc, Thọ, Tưởng, Hành, Thức thì cũng chẳng có **Tính Không**.

Do vậy:

Ngũ Uẩn chẳng rời **Tính Không**
Tính Không chẳng rời **Ngũ Uẩn**

Sắc chẳng rời **Không**
Không chẳng rời **Sắc**

Sau khi đã chứng minh được toàn thể vạn Pháp không thể rời được **Tính Không**, thì đương nhiên vạn Pháp là **Tính Không**, là **Một**; là **Oneness**! Nói cách khác toàn thể **Sắc/Không** chỉ là **Một**; là **Oneness**! Thì tất cả đều là Đồng Nhất.

Sắc chính là **Không**
Không chính là **Sắc**

"**Thân**" chính là **Tâm**
"**Tâm**" chính là **Thân**
Dụng chính là **Thể**
Thể chính là **Dụng**

Giai đoạn cuối, đúng theo y chỉ của **Bát Nhã Tính Không** nên chúng ta phải nhấn mạnh một cách rõ ràng: Toàn thể vạn Pháp đều là siêu việt, đều vượt (beyond) Nhị Biên: có/không, thật/giả... là những Vọng Tưởng Bất Giác của chúng ta, lúc nào cũng gán ghép sống với chết; đẹp với xấu; giỏi với dốt; đắc với không đắc và có danh tự, với không có danh tự v.v... thì tất cả những sự đặt điều đó đều không hề dính dáng gì đến toàn thể vũ trụ vạn vật, tức là vạn Pháp đang hiện hữu quanh đây đều vượt ngoài Tâm Thức phân biệt, nhị biên của chúng ta.

Xin nhắc lại: Vì vạn Pháp vốn là **Bát Nhã Tính Không**, là Thật Tính rỗng không cho nên Vô Sở Hữu, Bất Khả Đắc. Do vậy mà:

Vạn Pháp vượt ngoài Một với Nhiều
Vạn Pháp vượt ngoài Có với Không
Vạn Pháp vượt ngoài Hữu Tướng với Vô Tướng
Vạn Pháp vượt ngoài Sắc với Không
Vạn Pháp vượt ngoài Biết với Không Biết

Tuy là tất cả vượt ngoài mọi sự như thế, nhưng sự vi diệu, nhiệm mầu của **Bát Nhã Tính** vốn vẫn cứ ẩn mật mà lại hiện hữu, hiện hữu mà lại ẩn mật trong từng sát na ngay tại thân tâm chúng ta và ngay ở vũ trụ vạn vật, bởi vậy mới không thể bàn luận và tranh cãi gì được.

Hai thí dụ dưới đây là để chúng ta hiểu rõ về Bát Nhã và cũng là để chỉ cách diễn giải về **Bát Nhã** theo đúng tôn chỉ **Bát Nhã Tính Không**, và đây là những gì được nhắc nhở lại tất cả dữ kiện mới viết ở trên để cho vào hai thí dụ sau đây, hầu khi chúng ta cần thực hành cách giảng giải hay cách viết về **Bát Nhã Tính Không** thì cứ y theo trực chỉ của **Bát Nhã Tính** là như vậy, để chẳng đi lòng vòng mất thời giờ và lạc mất **Tông Chỉ**.

Thí dụ 1

Dùng nghĩa **Phủ Định** trước:

Nếu chúng ta dùng nghĩa "Phủ Định" trước, để nói là **Không Có** tất cả vạn Pháp đang hiện hữu ở ngay đây, bởi chỉ có một **Tính Không** rỗng lặng mà thôi! Cho nên: Vô tu, vô chứng, vô ngôn, vô thuyết, vô phương tiện, không có Phật để thành v.v… thì sau đó, lập tức chúng ta phải "Xác Định" ngay là: **Có** vạn Pháp vi diệu, nhiệm mầu do **Bát Nhã Tính** hóa hiện đang hiện hữu tại đây. Do đó mà:

Vạn Pháp vốn vẫn thường hằng ẩn ẩn, hiện hiện ngay đây; Vẫn vô sở trụ mà an trụ; vẫn xuất thế mà nhập thế! Cho nên chúng ta:

Vẫn có Ngũ Uẩn: Sắc, Thọ, Tưởng, Hành, Thức.

Vẫn có Sáu Căn: Nhãn, Nhĩ, Tỉ, Thiệt, Thân, Ý.

Vẫn có Sáu Trần: Sắc, Thanh, Hương, Vị, Xúc, Pháp.

Vẫn có Thất Đại: Đất, Nước, Gió, Lửa, Không, Kiến, Thức.

Vẫn có các đường lối: Tứ Thánh Đế, Thập Nhị Nhân Duyên, Bát Thánh Đạo, Lục Độ, Niêm Hoa Thị Chúng (Bát Nhã).

Vẫn có mọi Chứng Đắc: Tu Đà Hoàn, Tư Đà Hàm, A Na Hàm, A La Hán, Bồ Tát Sơ Phát Tâm cho đến Bồ Tát Thập Địa, Càn Tuệ Giác, Tứ Gia Hạnh Thập Tín, Thập Trụ, Thập Hạnh, Thập Hồi Hướng, Thập Địa, Diệu Giác, Đẳng Giác. Tức là vẫn có tất cả 57 đẳng cấp về chứng đắc.

Thí dụ 2

Dùng nghĩa **Xác Định** trước:

Nếu chúng ta dùng nghĩa "Xác Định" trước, để nói là **Có** tất cả vạn Pháp đang hiện hữu ở ngay đây! Thì sau đó, lập tức chúng ta phải dùng nghĩa "Phủ Định" để nói rằng **Không Có** bất cứ Pháp nào tại đây (*bởi vạn Pháp là do sự hóa hiện của Chân Như Phật Tính... cho nên tất cả chỉ giống như* **Có** *mà chẳng phải* **Thật Có**; *giống như* **Không** *mà chẳng phải* **Thật Không**!).

Sự thật thì tất cả vạn Pháp vẫn **Có** nhưng là **siêu việt Có**

(*tức là "siêu việt vạn Pháp" đang hiện hữu trong từng sát na chưa từng ngưng nghỉ bao giờ...*)

Tiến lên một bước:

Để chứng minh về "Thật Tính" của vạn Pháp Sắc/Không qua Bát Nhã Tâm Kinh thì "Toàn Sắc/Toàn Không" trong vũ trụ vạn vật đều chẳng hề rời nhau như đã chứng minh ở những trang trên. Tại đây chúng tôi chỉ nhắc lại để cho vào thí dụ:

Thì vẫn trong "Phẩm **Tùy Hỉ**" của "Bát Nhã Tâm Kinh" Đức Phật dạy:

Thật Tính Bát Nhã không rời **vạn Pháp**
Vạn Pháp không rời **Thật Tính Bát Nhã**

Hữu Tướng chẳng hề rời **Vô Tướng**
Vô Tướng chẳng hề rời **Hữu Tướng**

Toàn Sắc chẳng hề rời **Toàn Không**
Toàn Không chẳng hề rời **Toàn Sắc**

Hữu Hình chẳng hề rời **Vô Hình**
Vô Hình chẳng hề rời **Hữu Hình**

Xuất Thế chẳng hề rời **Nhập Thế**
Nhập Thế chẳng hề rời **Xuất Thế**

Và nếu tất cả vạn Pháp Sắc/Không đều không thể rời được nhau như thế thì tất cả vạn Pháp Sắc/Không chỉ là "Một", là "Oneness". Do vậy mà:

Một là Tất Cả, Tất Cả là Một
Sắc là Không, Không là Sắc
Tướng là Tính, Tính là Tướng
Hữu Hình là Vô Hình, Vô Hình là Hữu Hình
Xuất Thế là Nhập Thế, Nhập Thế là Xuất Thế

Và cuối cùng, y theo diệu nghĩa của **Bát Nhã Tính Không**, Đức Phật dạy. Xin được nhắc lại y như phần đã giải thích ở trên:

"Tất cả vạn Pháp đều **Vượt** (Beyond) ngoài Tâm Thức Vọng Tưởng gán ghép của thế gian! Vạn Pháp vốn là Siêu Việt" *(bởi: "Vạn Pháp vốn là Bát Nhã Tính, Bát Nhã Tính vốn là vạn Pháp",* là Thật Tính rỗ*ng không* nên Bất Khả Đắc, *và vô sở hữu),* vì vậy tất cả vạn Pháp đều **Vượt** (Beyond), tức là đều siêu việt:

Vạn Pháp vượt ngoài Một với Nhiều

Vạn Pháp vượt ngoài Có với Không

Vạn Pháp vượt ngoài Hữu Tướng với Vô Tướng

Vạn Pháp vượt ngoài Sắc với Không

Vạn Pháp vượt ngoài Biết với Không Biết

Tới đây, nếu chúng ta lại chấp thật về chữ "Vượt" theo nghĩa tiêu cực tức là nghĩa chẳng còn gì cả! Thì giống như vạn Pháp từ "Bát Nhã Tính Không" hóa hiện ra, rồi cuối cùng lại phải trở về với "Bát Nhã

Tính Không" là hợp lý, là hợp tình theo nghĩa của Vọng Tâm Thức là chẳng còn có gì để nói, để thắc mắc, để suy tư nữa… Như vậy thì rất nguy! Và xin thưa rằng:

Nếu hiểu như thế, vô tình chúng ta lại rơi vào cái không ngơ, là cái Không Vô Ký, tức là Cái Không của sinh tử là đi ngược lại với **Phẩm Tùy Hỉ** của "Bát Nhã Tâm Kinh" mới nói ở trên.

Pháp vốn chẳng phải **Có**, chẳng phải chẳng **Có**

Pháp vốn chẳng phải **Tướng**, chẳng phải **chẳng Tướng**

Pháp vốn chẳng **chứng đắc**, chẳng phải **chẳng chứng đắc**

Pháp vốn chẳng phải **Thấy**, chẳng phải **chẳng Thấy**

Pháp vốn chẳng phải **Biết**, chẳng phải **chẳng Biết**

Cũng với nghĩa y như vậy nên:

Bát Nhã Tâm Kinh

Trong "Phẩm **Vô Tác**" Đức Phật dạy:

Với **Bát Nhã,** dầu vạn Pháp đều là Tự Tính Rỗng Không, nhưng chư Đại Bồ Tát lại do nơi **Bát Nhã Tính Không** đó mà được **Vô Thượng Bồ Đề**! Bởi các Pháp vốn tự là **Tướng Không** thì **Tướng Không** đó đã chính là **Vô Thượng Bồ Đề**; cho nên mọi siêu việt ở đây đều có nghĩa là:

Chẳng an trụ mới thật là an trụ.

Chẳng chứng đắc mới thật là chứng đắc

Chẳng phải tướng mới thật là tướng
Chẳng Thấy Biết mới thật là siêu Thấy Biết
Và Đức Phật còn nhắc nhở:

Với **Bát Nhã** thì chẳng bao giờ dùng tư tưởng Bất Giác, dù chỉ là ý niệm phá hoại các tướng của các Pháp thôi, cũng đều bị đi vào đoạn diệt! Vì thế khi thực hành **Bát Nhã** rất giản dị, là cứ trực chỉ y theo nghĩa của **Bát Nhã Tính Không** mà Đức Phật đã dạy rất là rõ ràng, rất là minh bạch như thế thì chúng ta chỉ việc tuân theo thôi là xong, chứ đừng có tác ý, để rồi tưởng tượng viễn vông mà vẽ rồng, vẽ rắn là đi ngược với chân lý **Bát Nhã**! Trong thực tế ở khắp mọi nơi, mọi chỗ, chúng ta vẫn thường tụng **Bát Nhã Tâm Kinh** hàng ngày:

Sắc tức thị **Không**
Không tức thị **Sắc**

Sắc chẳng khác **Không**
Không chẳng khác **Sắc**

Sắc chính là **Không**
Không chính là **Sắc**

Đó chính là *Thật Tướng* Bát Nhã *của chúng ta và của vũ trụ vạn vật.*

Trong Kinh **Bát Nhã** đã dạy như vậy, thì chúng ta cũng nên hiểu rằng: Vạn vạn **Sắc Tướng** vốn tự là **Không**, cũng vốn tự là **Sắc**, nghĩa là vạn vạn **Sắc Tướng** vốn tự vừa là **Sắc**, tự vừa là **Không** rồi, thì không còn cần phải đem hủy diệt các **Sắc Tướng** đó đi rồi mới chấp nhận là **Không**. Nếu đợi đến hủy diệt mới cho là Không thì cái Không đó chẳng phải là **Tính Không** vi diệu, nhiệm mầu của **Bát Nhã**.

Thế cho nên, thực tế ngay trước mắt, đối với thân tâm chúng ta và vũ trụ vạn vật, dù muốn hay dù không muốn, dù bướng bỉnh tới đâu, với cái Nhất Niệm Bất Giác chấp chước ấy! Chẳng thể nào chúng ta làm ảnh hưởng hay làm dính dáng gì đến vạn vạn sắc tướng vốn dĩ là:

Tự Tính Không,

Tự Tính Bất Nhị

Tự Tính Vô Sinh

Tự Tính Ly.

Vạn Pháp là **Tự Tính Không** nên Vạn Pháp: Không tên, không tuổi, không thời gian, không không gian, không danh tự, không lời nói, không lý luận, không tranh cãi v.v…

Vạn Pháp là **Tự Tính Bất Nhị** nên Vạn Pháp: Không đẹp/không xấu; không giỏi/không dốt; không giầu/không nghèo; không chứng/không đắc; không đi/không về; không sinh/không tử v.v…

Vạn Pháp là **Tự Tính Vô Sinh** nên Vạn Pháp: Không sinh/không diệt; không còn/không mất; không sạch/không nhơ; Không tăng/không giảm.

Vạn Pháp là **Tự Tính Ly** chính là **Tự Tính Không** nên Vạn Pháp: Tự Tịnh, Tự Định, Tự Chiếu Tỏa, Tự vi diệu, nhiệm mầu, không dính dáng gì đến phiền não sinh tử và mọi tập khí của Tâm Thức Vọng Tưởng.

Tự Tính của vạn Pháp vốn là như vậy nên chẳng gì có thể thay đổi được vạn Pháp, cũng là **Vạn Hữu Vi Diệu** này. Nó cứ ẩn mật, âm thầm mà vận hành, mà diễn biến không hề ngưng nghỉ... Chỉ vì Thật Tính của Vạn Pháp vốn **Như Thị**! Không bao giờ thay đổi, chẳng quá khứ, chẳng hiện tại, chẳng tương lai, chẳng đầu, chẳng giữa, chẳng cuối, cứ thế thôi! Vậy thì ai dám bảo vạn Pháp là tạm thời, là vô thường, là không có Tự Tính?

Tóm lại:

Tất cả những gì là siêu việt, những gì là **Vượt** (beyond) như **Bát Nhã Tính Không** trực chỉ dạy, vốn dĩ là:

> Là **Tính Không**
> Là **Tính Bất Nhị**
> Là **Tính Vô Sinh**
> Là **Tính Ly**

đều thiên biến vạn hóa từng sát na... như ẩn, như hiện, như có, như không. Vì vậy mà trong Kinh **Bát Nhã Ba La Mật Đa** Đức Phật mới dạy rằng:

> "Vạn vạn sắc tướng **không tương tục**,
> mới thật là **siêu tương tục**
>
> Vạn vạn sắc tướng **vô thường**,
> mới thật là **siêu thường hằng**."

Có như thế mới thật là **Tính Không** của vạn

Pháp; có như thế mới chính thật là **Thật Tướng Bát Nhã Ba La Mật Đa.**

Do vậy, mà chúng ta không thể lý giải, không thể phân tích, không thể bàn luận, không thể tranh cãi. Bởi thế, trước cảnh siêu việt của "**Bát Nhã** hiện hữu vượt Có, vượt Không" này, chúng ta chỉ còn biết chắp đôi bàn tay lại để tri ân và tán dương.

Tới đây là kết luận của **Phương Trình I**:

Tự Tính Không
Tự Tính Bất Nhị
Tự Tính Vô Sinh
Tự Tính Ly

Sau đây là phần diễn giải về:

Phương Trình II

Sắc bất dị **Không, Không** bất dị **Sắc**
Sắc tức thị **Không, Không** tức thị **Sắc**

Như phần mở đầu Bát Nhã Tính Không, chúng tôi mạn phép gọi bốn câu Kinh dưới đây trong **Bát Nhã Tâm Kinh** là **Phương Trình II** để cô đọng lại và dễ nhớ.

Sắc bất dị **Không**
Không bất dị **Sắc**
Sắc tức thị **Không**
Không tức thị **Sắc**

Bốn câu Kinh này là yếu chỉ tối quan trọng trong bài **Bát Nhã Tâm Kinh** mà những ai đã học, đã viết, hay đã tụng **Bát Nhã Tâm Kinh** đều biết và đều thuộc lòng:

Sắc bất dị **Không**
Không bất dị **Sắc**

Sắc tức thị **Không**
Không tức thị **Sắc**

Cũng có nhiều Thiện Tri Thức đã giảng, đã khai triển, và dịch bốn câu Kinh này cho rõ nghĩa và dễ hiểu như sau:

Sắc chẳng khác **Không**
Không chẳng khác **Sắc**

Sắc chính là **Không**
Không chính là **Sắc**

Nhưng lạ thay, dù các Ngài có thậm thâm đến đâu, có thiện chí đến đâu để dịch rõ nghĩa, giúp cho mọi người hiểu về bốn câu Kinh Bát Nhã ấy, nhưng tất cả mọi người chúng ta đều hiểu khác nhau… mà hầu hết đều hiểu lầm về bốn câu Kinh này.

Người này thì bảo rằng: "Cuộc đời là sắc sắc, không không ấy mà, có gì đâu!"

Người kia thì lại nói: "Cái Thân của chúng ta, rốt cuộc là sẽ trở về Cái Không như **Bát Nhã** ấy mà!"

Người nọ thì bảo: "Tất cả mọi hình tướng tại thế gian này, cứ đem phá tan nát như tro bụi, thì đó là cái sắc sắc, không không! Còn về con người, sau khi chết cứ đem đi thiêu thì đó là Cái Không đấy!"

Và cũng có một số người bảo rằng: "Mọi sự trên đời này đều là huyễn hóa đều là giả, đều là vô thường, đều là rỗng không ấy mà!"

Sở dĩ có sự chấp Có, chấp Không như thế là tại chúng ta đã nhận lầm cái "Vọng Tâm Thức Nhị Biên" cố hữu, mà chính mình đã tự tạo từ vô thủy! Tâm Thức này lúc nào cũng phân biệt: Thật/giả; có/không; đẹp/xấu; giầu/nghèo; giỏi/dốt; sinh/tử... để rồi tự chính chúng ta lại bị ngụp lặn trong Luân Hồi Sinh Tử ấy.

Do lẽ đó mà Đức Từ Phụ Thích Ca Mâu Ni mới phải hướng dẫn, chỉ dạy cho chúng ta nhiều phương cách tu hành, bằng nhiều phương tiện tu tập, hành trì khác nhau, và nếu chúng ta thực hành đúng y chỉ, tức là đúng y Chánh Pháp của Ngài, thì sẽ tự động nhận ra Tâm Phật sẵn có của mình, là sẽ giải thoát khỏi mọi phiền não, khổ đau, đầy nước mắt bởi Luân Hồi Sống/Chết.

Bát Nhã Ba La Mật Đa Tâm Kinh là một trong những phương tiện "Trực Chỉ", tức là chỉ thẳng ngay ở thân tâm hiện hữu của chúng ta và vũ trụ vạn vật là nơi chúng ta đang hiện sống! Chính là Thân Tâm Bát Nhã, là Ba La Mật Đa, là Tính Không, là Phật Tính.

Điều này được hiểu là nếu ai hiểu thấu đáo về **Bát Nhã Ba La Mật Đa Tâm Kinh** và nhận ra được **Bát Nhã Ba La Mật Đa** chính là Thân Tâm của mình và **Bát Nhã Ba La Mật Đa** lại cũng chính là Vũ Trụ

Vạn Vật ở quanh mình thì người ấy được gọi là đã "Giác Ngộ", tức là đã **hoàn nguyên Tâm Phật**, và đương nhiên không còn bị Sinh/Tử, ra vào Sáu Nẻo nữa.

Kinh Bát Nhã

"Phẩm **Vấn Tướng**" Đức Phật dạy:

"**Bát Nhã Ba La Mật** hay sinh chư Phật, hay hiển thị tướng thế gian".

Bát Nhã Ba La Mật Đa chính là **Tính Không**, là **Chân Không** tự động có sự vi diệu, nhiệm mầu.

Chân Không, Tính Không vừa có sự vi diệu hay sinh chư Phật, và Chân Không cũng lại vừa có sự nhiệm mầu hiển thị tướng thế gian! Tức là Chân Không hóa hiện ra vạn vạn sắc tướng... và những sắc tướng đó, còn được gọi là **Diệu Hữu** hay là vạn Pháp **Sắc/Không** đang hiện hữu tại đây! Vì vậy mà Kinh dạy rằng: Đã là Chân Không thì tự động phải có Diệu Hữu là thế.

Diệu Hữu chẳng rời Chân Không
Chân Không chẳng rời Diệu Hữu

Đó là:

Xuất Thế mà vẫn Nhập Thế
Không An Trụ mà vẫn An Trụ
Phật Pháp không rời Thế Gian Pháp

Xuất Thế mà vẫn Nhập Thế

Có nghĩa:

Xuất Thế là **Chân Không**, là **Tính Không** vi diệu, nhiệm mầu.

Nhập Thế là Vạn vạn sắc tướng đang hiện hữu tại nơi đây.

Không An Trụ mà vẫn An Trụ

Có nghĩa:

Không An Trụ: Là "Tính Không", là "Chân Không" thì làm sao mà An Trụ!

Vẫn An Trụ: Là vạn vạn sắc tướng, cũng chính là vạn Pháp vẫn đang hiện hữu quanh chúng ta, vì Thế Gian Pháp chính là Phật Pháp.

Phật Pháp không rời Thế Gian Pháp

Có nghĩa là:

Bởi tất cả vạn Pháp chính là Phật Pháp, do Chân Lý **Bát Nhã Ba La Mật Đa** đã trực chỉ dạy:

Sắc bất dị **Không**
Không bất dị **Sắc**

Sắc tức thị **Không**
Không tức thị **Sắc**

Sắc chính là **Không**
Không chính là **Sắc**

Cho nên chúng ta được hiểu rõ là toàn thể vũ trụ vạn vật **muôn mầu, muôn sắc tướng, muôn vị, muôn hương**... đang hiện hữu tại Thế Gian này đều vừa là **Sắc** mà cũng đều vừa là **Không** vì toàn Pháp

Giới đều do **Tính Không**, đều do **Chân Không** tạo dựng, hóa hiện nên... Đó là sự thật không thể chối cãi đã được chứng minh qua nhiều Kinh Điển của Đức Phật, cứ nhắc đi nhắc lại mãi... về vạn Pháp đang hiện hữu tại đây: "**Xuất thế mà vẫn nhập thế!**"

Hiểu như vậy mới chính là Đệ Nhất Nghĩa của **Bát Nhã Ba La Mật Đa**! Nhưng nếu chúng ta cứ chấp thật, chấp giả; Chấp Có, chấp Không... thì lại bị rơi ngay vào cái Bất Giác, tức cái Nhất Niệm Vô Minh, cũng là cái Vọng Tâm Nhị Biên Sinh Tử, là tự đi ngược lại với Chân Thật Nghĩa của **Bát Nhã Ba La Mật Đa**:

Là **Tính Không**,
Là Tính Bất Nhị
Là Tính Vô Sinh
Là Tính Ly

Là **Chính Đẳng Chính Giác**
Là **Nhất Thiết Chủng Trí**
Là **Chân Không Diệu Hữu**
Là **Bát Nhã Ba La Mật Đa**:

"Hay sinh chư Phật, hay hiển thị Tướng Thế Gian"

Và cũng đồng một nghĩa với yếu chỉ của những Kinh khác được chứng minh như sau:

Lăng Nghiêm Kinh với câu:

"Pháp Giới Tính Trùng Trùng Duyên Khởi"

Lăng Nghiêm Kinh với câu:

"Tính Giác Diệu Minh"

(**Tính Diệu**: Là Tính duyên khởi nên vũ trụ vạn vật...
Tính Minh: Là Tính sáng suốt, là Trí Tuệ hiểu biết rõ về vũ trụ vạn vật mà nó duyên khởi nên.)

Viên Giác Kinh với câu:

"Lìa Huyễn tức Giác"

(Lìa Huyễn: Buông bỏ Tâm Thức mê mờ
Nghĩa là: Thức chuyển thành Trí!, tức **"Diệu Giác"**)
(Y hệt nghĩa "Tính Giác Diệu Minh" của Lăng Nghiêm Kinh:

Tính Giác duyên khởi nên vũ trụ vạn vật)

Hoa Nghiêm Kinh với câu:

"Nhất Thiết Duy Tâm Tạo"

(Tất cả vạn Pháp đều do một Phật Tâm tạo nên)

Pháp Hoa Kinh với câu:

"Thị Pháp Trụ Pháp Vị
Thế Gian Thường Trụ Pháp"

(Tất cả **Vạn Pháp chẳng lìa Tự Tính!** Và đều là **Thường Trụ** ngay tại **Thế Gian**)

Kim Cang Kinh với câu:

"Vạn Pháp đều là Phật Pháp"

Pháp Bảo Đàn Kinh

Lục Tổ Huệ Năng sau khi đại ngộ, Ngài đã sửng sốt mà thốt lên rằng:

"Đâu ngờ Tự Tính hay sinh vạn Pháp!"

Xin nhắc lại, như vậy vạn Pháp hiện hữu đều là

do **Phật Tính** hóa hiện ra, mà đã là sự hóa hiện thì tự động là siêu việt! Chúng ta không thể đem cái Tâm Thức Phân Biệt mà chấp những **Diệu Hữu** đó là thật **Có**, hay là thật **Không**, và cho dù chúng ta có chấp vạn Pháp ấy là gì đi chăng nữa… thì cũng chỉ là Cái Vọng Tưởng Bất Giác của chúng ta cứ cố tình gán ghép mà thôi, chứ thật ra tất cả những ý niệm sai lầm, dựng chuyện ấy không thể nào dính dáng gì đến vạn Pháp siêu việt đó, tức là vạn vạn sắc tướng **Sắc/ Không** cứ âm thầm mà vận hành, mà diễn tiến mãi như thế... là cũng do Chân Lý Siêu Việt ấy mà:

Kinh Bát Nhã

Phẩm **"Xá Lợi"** Đức Phật dạy rằng:

*"Phải dùng **Pháp Tướng** để tu"*

Có nghĩa là phải có thân người mới tu được, mà khi đã có Thân là phải có Tâm mới phù hợp với **Bát Nhã Ba La Mật Đa**. Đó chính là Chân Lý thường hằng bất biến.

Nếu chúng ta theo Tâm Thức Bất Giác để phân cái Thân Tâm của mình thành hai phần là chúng ta đi ngược lại với **Bát Nhã Ba La Mật Đa**, vì chúng ta chỉ lo phần **Tâm Linh** tức là <u>chỉ giữ phần Tâm</u>, mà bỏ đi phần **Thân và vũ trụ vạn vật**, là bỏ phần **Sắc** tức là <u>bỏ đi phần Thân</u> thì thật là vô minh! Ấy là chúng ta đã chia cốt tủy **Sắc/Không** của Bát Nhã thành hai thì không đúng với y chỉ **của Bát Nhã Tâm Kinh** là sẽ lập tức bị rơi ngay vào phiền não luân hồi sinh tử!

Đến đây xin được nhấn mạnh một lần nữa về **hai yếu chỉ** của **Bát Nhã Tính Không**, đã được tạm gọi là hai Phương Trình như đã đề cập ở phần trên; mục đích là để chúng ta có thể thấm nhuần và thậm thâm hơn nữa về tầm quan trọng cũng như mối tương quan tuyệt đối mật thiết của hai Phương Trình, tức là phải hiểu cả hai chiều, để khi thực hành không bị sai lạc Tông Chỉ, thì kết quả của sự chứng đắc và giải thoát mới rốt ráo, viên mãn được.

Hơn nữa, nghĩa tối thượng của **Bát Nhã Ba La Mật Đa Tâm Kinh** rất khó hiểu, rất là trừu tượng, thấy như là giản dị, nhưng thật ra là quá phức tạp, và quá tỉ mỉ vì trong Chân Lý Bát Nhã ấy thì từng chi tiết nhỏ nhất, cũng đều liên hệ mật thiết đến cái vĩ đại nhất! Không cái nào rời được cái nào.

Phương Trình I:

Tự Tính Không
Tự Tính Bất Nhị
Tự Tính Vô Sinh
Tự Tính Ly

Phương Trình II:

Sắc bất dị **Không**
Không bất dị **Sắc**

Sắc tức thị **Không**
Không tức thị **Sắc**

Sắc chính là **Không**
Không chính là **Sắc**

Như đã giải thích rất rõ ở phần trên, toàn thể thân tâm chúng ta và vũ trụ vạn vật vừa là **Sắc** vừa là **Không**; **Không** ở đây là **Bát Nhã Tính Không**, là **Tự Tính Không**, cũng là **Tự Tính Bất Nhị**, **Tự Tính Vô Sinh**, **Tự Tính Ly**.

Như vậy:

Phương Trình II thực sự có liên quan tuyệt đối mật thiết với **Phương Trình I** và ngược lại.

Tự động trong **Phương Trình II** đã hàm chứa **Phương Trình I** và ngược lại.

Khi giải thích **phương trình II** là đã hàm chứa giải thích **Phương Trình I** và ngược lại.

Khi giải thích **Phương Trình II**, bắt buộc phải đề cập đến **Phương Trình I** và ngược lại.

Như đã trình bày trong phần "Phẩm Vấn Tướng" của Kinh Bát Nhã Ba La Mật Đa:

Bát Nhã Ba La Mật Đa là Siêu Việt, nên hay sinh chư Phật, hay hiển thị Tướng thế gian. Bát Nhã Ba La Mật Đa chính là Tính Không, là Chân Không tự động có sự nhiệm mầu hay hiển thị Tướng thế gian, tức hay hóa hiện ra vạn sắc tướng. Tướng thế gian và vạn sắc tướng ấy được gọi là Diệu Hữu; vì vậy mà Chân Không tự động phải có Diệu Hữu nên trong Kinh nói Chân Không Diệu Hữu là thế.

Chân Không không những tự động có **Diệu Hữu** mà còn tự động có cả **Diệu Dụng** nữa. Chân Không hóa hiện vạn vạn sắc tướng ở cùng khắp mọi nơi, mọi chỗ… nên **Sắc Tướng** tới đâu thì **Chân Không** tới đó, tức là **Diệu Dụng** tới đâu thì **Chân Không** tới đó… nói cách khác:

Chân Không tới đâu thì **Diệu Dụng** tới đó…

Chân Không tức là cái **Thể** tới đâu, thì cái **Dụng** tức **Các Sắc** Tướng, tới đó.

Cho nên:

> **Sắc** bất dị **Không**
> **Không** bất dị **Sắc**
>
> **Sắc** tức thị **Không**
> **Không** tức thị **Sắc**
>
> **Sắc** chính là **Không**
> **Không** chính là **Sắc**

Tức là:

Toàn thể Thân Tâm chúng ta, cũng như vạn Pháp trong Tam Giới, Mười Phương, Tám Hướng cùng Vũ Trụ Vạn Vật hiện hữu v.v… đều là **Chân Sắc**, đều là **Chân Không**.

Bát Nhã Tâm Kinh

"Phẩm **Đại Thừa**" trang 237, Đức Phật dạy về cái "**Sắc**":

Sắc tự rỗng **Không**

*(nên không phải đem hủy diệt cái **Sắc** đó đi rồi mới nói là Không, thì cái Không đó chỉ là cái Không ngơ, tức là cái Không của đoạn diệt).*

Sắc rỗng **Không** như vậy, nên không thể bị hoại diệt.

(vì **Sắc** ở đây là "**Sắc tức thị Không**", tức là **Tính Không**, là **Phật Tính** nên mới không hoại, không diệt là thế).

Sắc chẳng phải làm ra, chẳng phải chẳng làm ra vì rốt ráo.

(**Sắc** ở đây là **Sắc Bất Nhị**, **Sắc** do **Bát Nhã Tính** hiện hóa cho nên rốt ráo.)

Sắc tịch diệt, **Sắc** bất sinh, **Sắc** vô sở hữu.

(**Sắc** ở đây là **Sắc Tự Tính Không** nên **Sắc Tự** Tịch Diệt

Sắc: là Vô Sinh nên **Sắc** Bất Sinh, Bất Diệt

Sắc: Vô Sở Hữu vì **Sắc** là **Tính Không** nên không thể sở hữu).

Sắc bất khả Đắc, **Sắc** vô sở Đắc.

(**Sắc** bất khả Đắc vì **Sắc** là **Tự Tính Không** nên không có gì để Đắc,

Sắc vô sở Đắc vì **Sắc** là **Tự Tính Không** nên không thể Đắc).

Và để nhấn mạnh về các "**Sắc**", thì chính Đức Phật Ngài đã dạy trong Kinh Bát Nhã ở "Phẩm **Xá Lợi**" như sau:

1. Phải dùng **Pháp Tướng** để Tu có nghĩa là phải dùng **Sắc Tướng**, chính là **Sắc Thân** hiện hữu của chúng ta để Tu.

Chúng ta cung kính, tán dương, cúng dường Pháp này và y chỉ Pháp này mà trụ; y chỉ của

Bát Nhã là "An trụ mà không an trụ, thì mới thật là an trụ.

2. Chớ quán **Sắc** vô thường vì **Sắc Tính** rỗng không, mà **Sắc Tính** rỗng không thì chẳng phải Pháp, đã chẳng phải Pháp thì gọi là Bát Nhã Ba La Mật.

Trong Bát Nhã Ba La Mật, **Sắc** chẳng phải thường, chẳng phải vô thường. Tại sao vậy? Vì trong Bát Nhã Ba La Mật, **Sắc** còn bất khả đắc, thì lấy gì là thường với vô thường.

3. "**Sắc**" vô sinh vì "**Sắc Tính**" rỗng không, mà "**Sắc Tính**" đã rỗng không, thì "**Sắc**" ấy chẳng phải Pháp! Vậy vô sinh là vô Pháp, tức Bát Nhã Ba La Mật.

4. "**Sắc**" là "**Tính Không**" nên Bát Nhã Ba La Mật là "**Tính Không**"

5. Vì **Sắc** chẳng phải Pháp nên Bát Nhã Ba La Mật chẳng phải Pháp, cho đến… Phật chẳng phải Pháp.

6. Vì **chúng sinh** là "**Sắc** tức thị **Không**" cho đến… **Phật** cũng "**Sắc** tức thị **Không**", thì **Bát Nhã Ba La Mật** cũng "**Sắc** tức thị **Không**"

Cho nên chúng ta đừng quên:

Toàn thể **Sắc Tướng** tức là toàn thể **Không**
Toàn thể **Không** tức là toàn thể **Sắc Tướng**

Bát Nhã Tâm Kinh

"Phẩm **Tín Hủy**" Đức Phật dạy:

1. **Sắc** chẳng trói, chẳng mở vì Tính vô sở hữu là **Sắc**.

2. **Sắc** hiện tại, cho đến… **Nhất Thiết Chủng Trí** hiện tại, chẳng trói, chẳng mở, vì hiện tại "Tính Vô Sở Hữu" là **Sắc**.

3. **Sắc** thanh tịnh tức là **Bát Nhã Ba La Mật** thanh tịnh, cho đến **Nhất Thiết Chủng Trí** thanh tịnh.

4. **Sắc** chẳng thuộc Dục Giới, Sắc Giới, Vô Sắc Giới, chẳng thật là Pháp, chẳng gọi là quá khứ, hiện tại, vị lai, Nhị Không, cho đến… **vô Pháp / Hữu Pháp Không** cũng y như vậy; Tứ Niệm Xứ cho đến… **Nhất Thiết Chủng Trí** cũng như thế.

Kinh Duy Ma Cật

"Phẩm **Nhập Pháp Môn Bất Nhị**" Ngài Hỉ Kiến Bồ Tát dạy rằng:

Sắc với **Không** là Nhị.

Thật ra, **Sắc** đã tức là **Không** rồi, chẳng phải chờ Sắc diệt rồi mới là Không.

Tính của **Sắc** tự là **Không** thì **Ngũ Uẩn** cũng như thế!

Ngũ Uẩn với **Không** là Nhị.

Ngũ Uẩn tức thị **Không**, chẳng phải Ngũ Uẩn diệt rồi mới là Không.

Tính Ngũ Uẩn tự **Không**.

Nếu thấu đạt được lý này là nhập Pháp Môn Bất Nhị.

Lăng Nghiêm Kinh

Đức Phật dạy:

Pháp Giới Tính của các "Sắc" chính là: Pháp Giới Tính của "Không"

Tính Sắc là Chân Không, Tính Không là Chân Sắc

Bát Nhã Ba La Mật Đa

còn dạy một câu rất tuyệt vời để Khai Thị cho chúng sinh:

Sắc chẳng tương tục, tức Sắc không sinh / không diệt

Sắc chẳng tương tục, tức Sắc không diệt / không mất

Tuyệt quá! Nếu toàn thể các Tướng thế gian mà cứ tương tục, tức là chúng ta cứ sống mãi, và Vũ Trụ Vạn Vật thì cứ trường cửu, không đổi thay, không đổi mới gì cả, thì tất cả chỉ là Nylon rất nhàm chán, vô duyên! Vì không có sự nhiệm mầu, tươi mát và sống động là thiếu cái Năng Lực Vi Diệu nhiệm mầu của **Bát Nhã Tính Không**. "Bát Nhã Tính Không" tự động đầy đủ năng lực nhiệm mầu và diệu dụng để âm thầm, ẩn mật vận hành, để hóa hiện vạn Pháp Diệu Hữu… Cho nên trong Kinh đã dạy rằng: **Bát Nhã Tính Không** vừa ẩn mật lại vừa hiện hữu là thế đó.

Tóm Ý của Phương Trình II:

(Lưu ý sự cẩn trọng của hành giả)

Mặc dầu chúng ta đã khá hiểu về bao nhiêu là giải thích; Nhưng nếu chúng ta lại chấp thật là Có mọi sự, mọi vật y như những lời dẫn giải đó… thì mèo lại hoàn mèo với cái **Vọng Tâm Thức Bất Giác** sinh tử kiên cố của chúng ta!

Xin đừng quên là: Vạn Pháp **Sắc / Không** là do **Bát Nhã Ba La Mật Đa** hóa hiện không hề ngừng nghỉ… tức là cứ tiếp diễn một cách thật kỳ diệu như vậy, mà sự kỳ diệu nhiệm mầu đó, ai có thể ngờ lại ở ngay từng người chúng ta, và ở ngay toàn thể vũ trụ vạn vật. Thật đúng là siêu việt, vượt ngoài mọi suy luận, mọi bàn cãi và dĩ nhiên không hề dính dáng gì đến cái Vọng Tâm Thức Bất Giác cứ bướng bỉnh, ngoan cố gán ghép nào là thật, nào là giả, nào là Có, nào là Không, nào là yêu, nào là ghét v.v… của chúng ta.

Kỳ IX
Phật Đản Sinh I

Phật Đản:

Chân thật nghĩa là

Trí Tuệ Bát Nhã Sẵn Có lóe ra

Tức là

Giác Ngộ

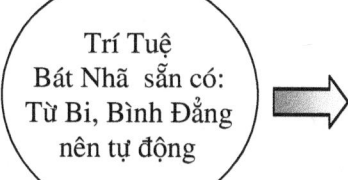

Biết tri ân - biết ghi ơn - biết nhớ ơn tròn đầy như vầng trăng rằm đối với toàn vũ trụ vạn vật.

Đó là Phật Tâm = Tâm của chúng ta

Vậy câu Kinh: "Ma Ha Bát Nhã Ba La Mật Đa Tâm Kinh" là gì?

Ma Ha:

Đã Vi Diệu quảng đại, rỗng lặng, tinh khiết, lại Nhiệm Mầu nên mới dung chứa toàn thể vũ trụ, vạn vật. Thí dụ: căn phòng trống rỗng, mới chứa được đồ đạc. Vậy Ma Ha là cái "**Thể**".

Bát Nhã:

Là Trí Tuệ, tức cái "**Dụng**" của Ma Ha. Xin nhấn mạnh lại, trong Trí Tuệ tự động có Tứ Vô Lượng Tâm (*Từ, Bi, Hỷ, Xả*) nên biết tri ân, ơn nghĩa với muôn người, muôn vật thật tròn đầy như vầng trăng rằm trong từng niệm, trong từng hành động của Thân, Khẩu, Ý.

Ba La Mật Đa:

Là đáo bỉ ngạn, bờ giải thoát sinh tử, còn gọi là bờ bên kia, tức Giải Thoát Tuyệt Đối (*Giác Ngộ Viên Mãn*).

Tóm lại: Ba La Mật là sự tuyệt đối vuông tròn, trọn vẹn, không có một chút sơ hở nào, trong mọi công việc: từ việc thật nhỏ như lau bụi, quét nhà, đến việc lớn như xây cất, phát minh v.v... và bổn phận đối với muôn loài, muôn vật cũng tuyệt đối trọn vẹn như vậy, nhưng chẳng bao giờ vướng mắc, chấp trụ cái công việc mình đã làm. Nếu còn một chút chấp trước, dù chỉ nhỏ như tơ trời thôi, cũng là chưa rốt ráo, vì vẫn còn vương vấn cái *Ego*, là cái Bản Ngã sinh tử. Cho nên Lý và Sự phải tương ứng phù hợp với "Ba La Mật Đa" mới là tuyệt đối giải thoát sinh tử.

Muốn Trí Tuệ Bát Nhã hiển bày, hãy dùng "Zen", Thiền Trực Chỉ Tâm Bát Nhã

Dù chúng ta tu hằng hà sa số kiếp, có giỏi đến đâu về Phật Pháp, mà tư cách: "Thân Khẩu Ý" không phù hợp (*match*) với "Bát Nhã Tâm" thì cũng vẫn là vô dụng, vẫn còn ở trong sinh/tử, vì chỉ là lý thuyết xuông, không dính dáng gì tới Bát Nhã Tâm.

Tu theo Trực Chỉ Bát Nhã rất thực tế, rất chân thật; nó nhằm mục đích làm tan đi màn vô minh trong từng ý niệm si mê, điên đảo của chúng ta. Niệm vô minh ấy còn gọi là Nhất Niệm Vô Minh, cũng là Niệm Nhị Biên Tương Đối. Niệm này đã tạo nên cái Bản Ngã (*Ego*) để đưa chúng ta vào nhân quả, sinh tử luân hồi không bao giờ dứt...

Khi chúng ta theo y chỉ Bát Nhã để tu hành nghiêm chỉnh dĩ nhiên sẽ tiến tới giai đoạn Kiến Tính, dù muốn dù không, cũng sẽ tự động xảy ra ba giai đoạn như sau đây:

Giai đoạn 1:

Tự nguyện sám hối và thanh lọc Tập Khí nên cũng tự nguyện bắt buộc giám sát từng niệm của chính mình bằng công phu, nhưng ở giai đoạn này, thường thì công phu rất yếu, nên lúc nhớ, lúc quên. Do đó không thể có công phu miên mật để chuyển hóa những tâm niệm ô nhiễm trở lại cái Chân Như niệm thanh tịnh vốn sẵn có của chúng ta. Vì vậy kết quả cũng chỉ là tương ứng mà thôi.

Dùng THIỀN = ZEN = BÁT NHÃ

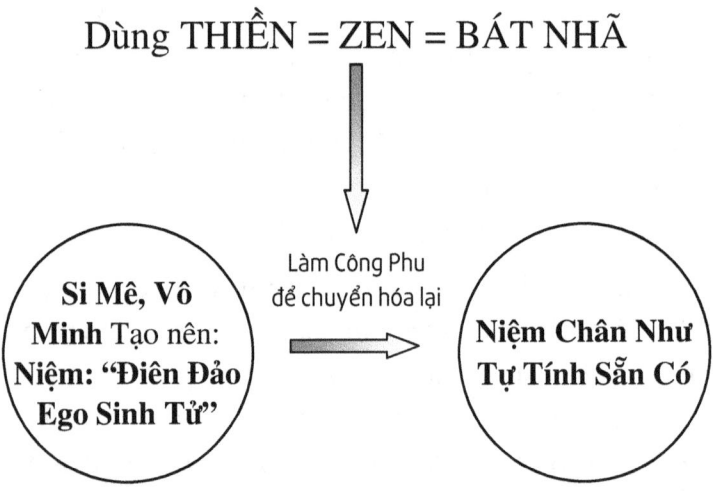

PHẦN I • Kỳ IX • Phật Đản Sinh I

Dùng công phu để chuyển hóa
(Nhân Quả sẽ tương ứng với công phu)

Khi Niệm Trí Tuệ Diệt　　　　**Khi Niệm Trí Tuệ Sinh**
Là bờ bên đây　　　　　　　　　Là bờ giải thoát
là Ego　　　　　　　　　　　　(Là Thiện Nhân, là Bậc Thánh)

Chúng ta vô minh nên:　　Dùng công phu để chuyển　　Sẽ hóa thành:
⇩　　　　　　　　　　　　⇩　　　　　　　　　　　　⇩

Vô minh	Nhân Quả Của Ác Nghiệp Trở Lại Trí Tuệ Từ Bi Bình Đẳng Sẵn Có Của Chúng Sinh	Hóa thành
Tham lam		→ Bố thí
Sân hận (mặt to, buồn bã) ...		→ Tươi mát, vui tươi (cười)
Ác độc		→ Từ bi, hỉ xả
Thâm hiểm		→ Cởi mở
Thù hằn		→ Khoan dung
Ghen tuông		→ Hòa nhã, hoan hỉ
Ích kỷ		→ Độ lượng
Ngạo mạn		→ Khiêm cung
Đàn đúm		→ Nghiêm trang, hài hoà, nhã nhặn, tôn trọng Đối Tượng (nhưng vẫn thường hằng giữ công phu với Đơn Tâm, "single mind" là cái vốn sẵn có của mình)
Thị phi		→ Trí tuệ, nhận biết sự thật.
Xúi bẩy		→ Sự sáng suốt, nhận biết lẽ phải, không bị chia trí rồi hùa theo.
Phản bội		→ Trung thành
Bạc bẽo		→ Ân nghĩa, ghi ơn
Phá hủy		→ Xây dựng

Giai đoạn II:

Sau khi đã sám hối và rốt ráo thanh lọc mọi Tập Khí, tự động chúng ta tiến tới giai đoạn I, dù muốn hay không muốn thì chúng ta đã là thiện nhân, ắt hẳn là "TRUNG ĐẠO", tức Bồ Tát, tuy công phu lúc này chưa hẳn là miên mật. Còn đối với những người không nhiệt tâm, chưa tha thiết con đường giải thoát thật sự vì còn vô minh và còn nhiều tập khí nên vẫn còn vương vấn bản ngã (ego). Do đó chưa là thiện nhân, thì làm sao có thể chuyển hóa được nhị biên mà tiến tới "TRUNG ĐẠO" hoàn toàn.

Dùng Công Phu:

Công Án
- Mu
- Tôi Là Ai?
- Ai Đang Niệm Phật?
- Dùng Mắt Tâm kiểm soát hơi thở

Nếu Công Phu thật trang nghiêm, chúng ta sẽ đi đến được giai đoạn:

Không vui / không buồn
Không sinh / không tử
} tức Trung Đạo, là Bồ Tát

Không vui *	**Trung Đạo**	* Không buồn
Không đẹp *	**Trung Đạo**	* Không xấu
Không sang *	**Trung Đạo**	* Không hèn
Không đúng *	**Trung Đạo**	* Không sai
Không sinh *	**Trung Đạo**	* Không tử

Sau khi đã qua được giai đoạn I và II:

Nếu tập khí đã buông hết, trọn vẹn là Thiện Nhân, thì tự động qua giai đoạn III.

Giai đoạn III:

Ở giai đoạn này công phu đương nhiên là miên mật cho nên trong mọi động tác: đi, đứng, nằm, ngồi, ngủ, nghỉ, làm việc đều là công phu, nó không còn ở trong tình trạng nhớ/quên nữa. Do đó mà mọi hành động của Thân, Khẩu, Ý, của từng niệm đều là trí tuệ, thanh tịnh, từ bi, hoàn toàn viên mãn phù hợp với **"Chân Như Tự Tính"**.

"Trí - Đức - Hạnh" ⟹ Phật

Công Phu của giai đoạn này tự vượt cả Nhị Biên (*hai đầu*) lẫn Trung Đạo (*giữa*)

Thí dụ: Chúng ta tham Công Án *"MU"* thì:

Một là:

⟹ **Công Phu Chưa Miên Mật**

Mu Mu… Mu… Mu Mu Mu… Mu… Mu…

Hai là:

⟹ **Công Phu Miên Mật**

Mu Mu Mu Mu Mu Mu Mu Mu Mu Mu Mu Mu Mu

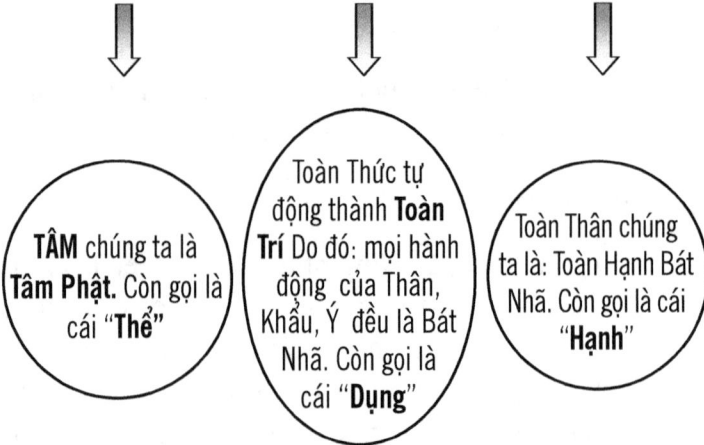

TOÀN ĐỨC   TOÀN TRÍ   TOÀN HẠNH

Tóm lại:

Đã trọn vẹn "Đức-Trí-Hạnh", là vượt ngoài Sinh Tử và Nhân Quả đang hiện hữu ngay trong đời sống này! Cũng là ngay Thân Tâm chúng ta! Đúng là Phật Pháp không rời Thế Gian Pháp, và đó chính là Chân Lý bất biến "Chân Thiện Mỹ", cũng là **Phật Đản Sinh.**

PHẦN II
8 Bài Giảng Thêm

PHẦN II • *Bài 1*

Tranh Phụ Bản: Họa Sĩ Thúy Vinh

Bài 1

Chân Thật Nghĩa của các Căn, Trần và Thức Trong Kinh Bát Nhã và Kinh Lăng Nghiêm với câu "Một Là Tất Cả"

Trước khi đi vào Thất Đại: Đất, Nước, Gió, Lửa, và nhất là ba phần cuối: Không, Kiến, và Thức là ba phần khó hiểu nhất thì tại đây chúng ta học về Căn Đại và Thức Đại trước vì chúng là những phần rất phức tạp, đã liên hệ mật thiết với nhau và lại ở ngay trên thân thể của chúng ta. Vì vậy, chúng ta phải học để hiểu rõ ràng từ khi các Căn này còn vô minh cho đến khi Giác Ngộ. Đó cũng chính là sự học để biết nguyên nhân tại sao chúng ta vô minh, và khi nào thì hết vô minh để nhận được Chân Thật Nghĩa của các Căn, các Trần và các Thức này.

Các Căn Đại khi còn vô minh:

Nhãn Căn (mắt), Nhĩ Căn (tai), Tỷ Căn (mũi), Thiệt Căn (lưỡi), Thân Căn (thân) và Ý (Ý Căn), toàn thể các Căn này chính là cái sáng suốt, là Sáu Giác Quan. Vì là cái sáng suốt, là Sáu Giác Quan, nên dĩ nhiên sự thấy, nghe, hiểu biết rất giới hạn. Do vậy cái sáng suốt của nó chỉ có thể gọi là sự thông minh, chứ không được gọi là Trí Tuệ. Thế nên:

Các Căn Đại này khi còn vô minh phải nương nhờ vào cái tác dụng nhận biết của các Thức Đại vô minh, để hiểu rõ sự khác biệt cũng như các trạng thái khác nhau của vạn Pháp. Tại sao vậy? Bởi vì các Căn Đại đó chỉ có giác quan là nhìn thấy được vạn vật, nghe được âm thanh, ngửi được mùi hương v.v… nhưng không phân biệt được hình thù, trạng thái, tính chất, mức độ của những đối tượng đó; về âm thanh, về hương vị v.v… thì cũng như vậy.

Thí dụ:

Về Nhãn Căn thì Nhãn Căn chỉ thấy được các thứ Sắc Tướng của vạn Pháp nhưng không phân biệt được mọi hình thù (cao/thấp, đẹp/xấu, …) và các trạng thái khác nhau (lỏng, đặc, cứng, mềm…) của vạn Pháp đó ra sao. Với các Căn khác như: Nhĩ Căn, Tỷ Căn, Thiệt Căn, Thân Căn và Ý Căn thì cũng vậy; chúng không phân biệt được các đối tượng của chúng là Sáu Trần: Sắc, Thanh, Hương, Vị, Xúc, Pháp, khác nhau như thế nào và cũng vì không phân biệt như vậy, nên các Căn Đại này rất vắng lặng và bất động.

Các Thức Đại khi còn vô minh:

- Nhãn Thức có tác dụng nhận biết của Cái Thấy.
- Nhĩ Thức có tác dụng nhận biết của Cái Nghe.
- Tỷ Thức có tác dụng nhận biết của Cái Ngửi.
- Thiệt Thức có tác dụng nhận biết của Cái Nếm.
- Thân Thức có tác dụng nhận biết của Cái Xúc Chạm.
- Ý Thức có tác dụng nhận biết tất cả mọi đối tượng từ thô tới vi tế nhất của các Vọng Thức là Nhãn Thức, Nhĩ Thức, Tỷ Thức, Thiệt Thức và Thân Thức.

Khi các **Thức Đại** còn vô minh thì các Thức Đại chỉ là cái tác dụng nhận biết của cái sáng suốt, mà cái sáng suốt chính là Sáu Căn Đại: "Mắt, Tai, Mũi, Lưỡi, Thân, Ý" và Sáu Căn này lại cũng là cái Thấy, cái Nghe, cái Ngửi, cái Nếm Vị, cái Xúc Chạm và cái Ý.

Các Thức Đại vô minh này luôn luôn phân biệt để nhận biết về vạn Pháp (Sắc, Thanh, Hương, Vị, Xúc, Pháp). Do vì bận bịu như thế nên các Thức Đại nầy lúc nào cũng lăng xăng giao động để theo dõi, để biết mọi hoạt động, mọi vận hành, mọi diễn tiến của Sáu Căn khi tiếp xúc với Sáu Trần và đặc biệt là những trạng thái rất phức tạp của các trần. Chúng ta đừng quên toàn thể vũ trụ, vạn vật tức vạn pháp đều không ngoài Sáu Trần là: Sắc, Thanh, Hương, Vị, Xúc, Pháp.

Thí dụ:

Vật to khác với vật nhỏ, hình vuông khác với hình tròn, mùi thơm khác với mùi hôi, vị ngọt khác với vị chua, lạnh khác với nóng, vui khác với buồn, v.v…

Sau khi chúng ta đã tạm hiểu sự liên hệ mật thiết giữa các Căn với các Thức và mọi sự vận hành, tức là các hoạt động của các Căn Đại và Thức Đại của chúng ta khi còn vô minh ra sao, thì bây giờ là lúc chúng ta học về các diễn tiến của các Căn ấy, các Thức ấy khi chúng ta giác ngộ.

Các Thức Đại khi đã Giác Ngộ:

Theo y chỉ Lăng Nghiêm Kinh Đức Phật dạy thì: "Tứ Khoa, Thất Đại đều là Như Lai Tạng".

Tứ Khoa là: Ngũ Ấm, Lục Nhập, Thập Nhị Xứ, Thập Bát Giới

Thất Đại là: Đất, Nước, Gió, Lửa, Không, Kiến và Thức

Nếu tất cả đã là Như Lai Tạng như thế, thì tự động toàn thể các Căn, các Trần và các Thức đương nhiên là Như Lai Tạng!

Sự vận hành của các Thức khi hoàn *"nguyên thủy Như Lai Tạng"*:

Khi xưa các **Thức** vô minh là: Nhãn Thức, Nhĩ Thức, Tỷ Thức, Thiệt Thức, Thân Thức, Ý Thức, nhưng khi chúng ta Giác Ngộ thì các **Thức** tự động hoàn "nguyên thủy Tính Giác"! Cho nên các **Thức** tự động là **Diệu Dụng**, cũng là **Trí Tuệ** của **Tính Giác** chính là: "Tính Thấy, Tính Nghe, Tính Biết v.v…"

Sự vận hành của các Căn khi
hoàn "nguyên thủy Tính Giác", cũng là **Bản Giác** :

Cũng như vậy, các **Căn** vô minh khi xưa là: Mắt, Tai, Mũi, Lưỡi, Thân, Ý, nhưng khi chúng ta Giác Ngộ thì các **Căn** tự động hoàn "nguyên thủy **Tính Giác**". Chính là "Tính Thấy, Tính Nghe, Tính Biết, Tính Ngửi v.v…"

Các Tính này cùng với Diệu Dụng của nó là **Trí Tuệ**, chỉ là một "Tính Giác vi diệu, nhiệm mầu" cho nên:

Vừa Thấy, vừa Nhận Biết đồng thời, đồng lúc

Vừa Nghe, vừa Nhận Biết đồng thời, đồng lúc

Sự Thấy Biết, sự Nghe Biết rất chính xác, tuyệt đối sắc bén, vi tế nhưng tuyệt đối vô tư, không thành kiến, không tác ý.

Do đó:

Bản Giác, Tính Giác chúng ta gọi là **Một**. Còn Diệu Dụng nhận biết chính xác về mọi vận hành của các Tính ấy là **Tất Cả**.

Các Căn Đại khi là Như Lai Tạng:

Khi Các Căn Đại đã là Tính Thấy, Tính Nghe, Tính Ngửi, Tính Nếm Vị, Tính Xúc Chạm, Tính Biết v.v… thì tất cả các **Tính** này là **một Tính** mà thôi, nên đương nhiên các Tính dung thông với nhau, cũng là tự động dung thông với Hư Không, tức **Tính Không** vô bờ bến, thật là vi diệu, nhiệm mầu… và chúng ta cũng không thể nào ngờ được rằng: Khi Giác Ngộ, chính các Căn Đại mà chúng ta thường nghĩ là chúng quá ư trần tục, mà lại có thể là **Tính Sáng Suốt**, là **Tính Giác**, là **Giác Thể**, là **Bản Thể**!

Xin thưa," Bản Thể" đó chúng ta gọi là **Một**, còn mọi ẩn mật, vận hành tức Diệu Dụng nhận biết của các "Tính ấy" thì gọi là **Tất Cả**.

Các Thức Đại khi là Như Lai Tạng:

Khi các Thức Đại là Như Lai Tạng thì tự động các Thức Đại là Trí Tuệ tức Diệu Dụng của Tính Giác là Tính Thấy, Tính Nghe… nên đương nhiên các Thức đều thanh tịnh, tĩnh lặng: tự âm thầm vừa Thấy vừa Biết, tự âm thầm vừa Nghe vừa Hiểu v.v… Các Thức không còn dao động, lăng xăng bởi không còn phải phân biệt để Biết, không còn phải phân biệt để Thấy, để Hiểu… cho nên tự động là hết vô minh, là hết sinh tử.

Xin thưa, Tính Giác Thấy, Nghe, Hay, Biết là Bản Thể, là Bản Giác chúng ta gọi là **Một**.

Về sự vận hành của các Thức Đại, khi các Thức Đại đã là Trí Tuệ thì các Thức Đại đã là Một với các Tính Thấy, Tính Nghe, Tính Hay Biết v.v…Tại đây, chúng ta có thể tạm dùng danh từ "Sóng đã nhập nước" và dĩ nhiên Trí Tuệ tự động là cái Diệu Dụng siêu việt nhận biết, là cái vi diệu nhận biết, là cái diệu dụng nhiệm mầu nhận biết sắc bén mà thanh tịnh, tĩnh lặng, cho nên:

• Khi chúng ta vừa Thấy, là tự động vừa biết rõ

ràng ngay về mọi hình thù dù thô hay tế của vạn vạn đối tượng khác nhau.

- Khi chúng ta vừa Nghe, là tự động vừa Biết rõ ràng ngay về mọi âm thanh dù thô hay tế của vạn vạn âm điệu khác nhau của vạn Pháp.

- Khi chúng ta vừa Ngửi là tự động vừa Biết rõ ràng ngay về mọi mùi hương dù thô hay tế của vạn vạn đối tượng khác nhau...

Do vậy, **Trí Tuệ** là mọi diệu dụng, là mọi vận hành, là mọi hoạt động âm thầm, ẩn mật, vô tướng của **Tính Sáng Suốt** tức là của các Tính Thấy, Tính Nghe, Tính Biết, hay còn gọi là của Tính Giác, Bản Giác.

Xin thưa, cái **diệu dụng nhận biết của các Tính** như thế chúng ta gọi là **Tất Cả**.

Sau đây là **Thí Dụ** về sự âm thầm, tĩnh lặng, vận hành vô tướng của Tính Thấy, Tính Nghe, Tính Hay Biết v.v... và các Tính này tự động vận hành đồng thời, đồng lúc với Diệu Dụng siêu việt nhận biết tức Trí Tuệ.

Tại đây xin nhấn mạnh là khi chúng ta đã hiểu rốt ráo về một Căn như Kiến Đại (Tính Thấy) thì chúng ta cũng sẽ hiểu được cả năm Căn Đại kia... có nghĩa là chúng ta sẽ nhận ra và hiểu rõ các Căn đó chính là Tính Nghe, Tính Ngửi, Tính Nếm, Tính Xúc Chạm, Tính Biết cũng có những vận hành đồng thời, đồng lúc với Diệu Dụng Trí Tuệ.

Thí dụ về Tính Thấy:

Khi chúng ta đang thấy toàn thể vạn vật ở trước mắt thì cùng với giây phút đang thấy đó, ngay lập tức và rất vô tư... Trí Tuệ của chúng ta cũng tự động nhận biết một cách vi diệu, sắc bén, rất là rõ ràng, minh bạch, đồng thời, đồng lúc với Tính Thấy ấy, để biết rằng: người lùn khác với người cao, hình tròn khác với hình vuông; có nghĩa là Tính Thấy và Trí Tuệ chỉ là **Một**. Do vậy **Tính Thấy** vô tướng tự động là **Cái Thể**, còn Trí Tuệ âm thầm siêu việt nhận biết về các sự vật khác nhau như thế là cái **Diệu Dụng của Tính Thấy**. Thể và Dụng đồng thời, nên chúng ta cũng có thể nói: Thể là **Một** và Dụng là **Tất Cả**.

Tuyệt đối hơn nữa thì:

√ **Thể** là Phật Tính, là "Pháp Thân Phật" tức **Đại Đức.**

√ **Dụng** là Trí Tuệ Phật, còn gọi là "Báo Thân Phật" hay "Ứng Thân Phật" tức là **Đại Trí.**

√ "Thiên Bách Ứng Hóa Thân Phật" là những thiện quả, đức hạnh viên mãn của Thân, Khẩu, Ý tức Tính Thấy, Tính Nghe v.v... của chúng ta. Vậy nên khi tiếp xúc với Sáu Trần, chúng ta không còn bị ảnh hưởng gì của cái Nhất Niệm Vô Minh lăng xăng, phân biệt, tạo tác các Nghiệp Báo thiện hay ác xưa kia nữa! Vì niệm vô minh này đã hồi Tâm chuyển hướng Thiện, tức là Thức đã chuyển thành Trí, sóng đã nhập nước, cho nên Thể và Dụng là đồng nhất, mà Thể/Dụng này lại chính là các thiện hạnh của Tính, Tướng cũng là Thân Tâm hiện hữu của chúng ta!

Nói một cách khác, **Thiên Bách Ức Hóa Thân Phật** chính là **toàn thể vũ trụ, vạn vật** với vạn vạn thiện hạnh Sắc/Không đang đồng vận hành, tùy duyên, dù thô, dù tế đều dung thông vô ngại… với trạng thái âm thầm tĩnh lặng của vạn Pháp trong Tam Giới, mười Phương, tám Hướng và cũng đồng thời, đồng lúc cùng vận hành siêu việt với Tính, Tướng tức Thân Tâm chúng ta.

Tất cả là vì Thân Tâm chúng ta không hề rời Pháp Giới và Pháp Giới không hề rời Thân Tâm chúng ta bao giờ… Đó là cái Chân Thiện Mỹ, là cái vạn hạnh đang hiện hữu trong mỗi mỗi Pháp đều có ngôi vị riêng, đều có sự nhiệm mầu hữu dụng riêng… Đó cũng chính là **Phân Thân Phật**, là **Pháp Thân Phật**, là **Tam Thân Phật**, luôn luôn hiện hữu, và chưa hề rời chúng ta bao giờ.

Tới giây phút này thì chúng ta mới có thể kết luận về toàn thể vũ trụ vạn vật qua câu Kinh Lăng Nghiêm:

Bản Thể Chân Như
không ngăn ngại Tác Dụng Nhiệm Mầu

và Tác Dụng Nhiệm Mầu
không ngăn ngại Bản Thể Chân Như."

Tức Thể, Dụng đồng nhất. Vậy toàn Pháp Giới đều dung thông là như thế đó.

Hiểu được như vậy là chúng ta phải đi từ cạn đến

sâu, từ Có đến Không, mới là y theo mạch Kinh Lăng Nghiêm, Bát Nhã Tâm Kinh mà diễn nghĩa, và nhất là những liên hệ của bẩy Kinh Liễu Nghĩa, Trực Chỉ như sau để chúng ta không đi lòng vòng rồi nhiều khi hiểu lầm ý của Phật:

1. Kinh Kim Cang (Một phần của Kinh Bát Nhã)
2. Kinh Pháp Hoa
3. Kinh Lăng Nghiêm
4. Kinh Lăng Già
5. Kinh Viên Giác
6. Kinh Duy Ma Cật
7. Kinh Pháp Bảo Đàn

Cũng vì nhờ vào Bát Nhã Tâm Kinh, Kim Cang Kinh, Lăng Nghiêm Kinh v.v… mà chúng ta đã hiểu được những phức tạp giữa các Căn Đại, các Thức Đại ra sao và nhất là chúng ta đã ngộ ra vạn Pháp hiện hữu tại đây chính là:

Vạn Pháp xuất thế mà vẫn nhập thế

Vậy thì nơi đây là nơi chúng ta đang hiện sống, có phải chăng là Thiên Đàng? Có phải chăng là Cực Lạc?

Cũng vì nhờ vào những Kinh Liễu Nghĩa như thế, mà chúng ta đã hiểu được biết bao nhiêu những phức tạp về các Căn, các Trần, các Thức của chúng ta liên hệ mật thiết đến vũ trụ vạn vật như thế nào. Thì nay chúng ta mới có thể tuần tự học hỏi tiếp về bốn Đại là: "Đất, Nước, Gió, Lửa" trước, và rồi cuối cùng là ba Đại: "Không, Kiến và Thức". Sở dĩ chúng ta phải học từng phần như thế là để hiểu được toàn thể Thân Tâm của chính mình từ thô tới tế, từ ngoài vào trong, và tất cả những liên hệ với những đối tượng của chúng ta là vũ trụ, vạn vật... Đồng thời chúng ta còn hiểu được giữa chúng ta và vạn Pháp đều là Phật Pháp, đều không sai không khác, đều là sự vi diệu nhiệm mầu. Vì sao? Vì Vạn Pháp ở thế gian đều là Phật Pháp cho nên tất cả đồng đều siêu việt xuất thế mà vẫn nhập thế! Cho nên Kinh Kim Cang dạy:

Vạn Pháp đều là Phật Pháp

Và để hiểu sơ thế nào là sự vi diệu, nhiệm mầu không sai, không khác giữa chúng ta và vạn Pháp trong nghĩa: "Một là Tất Cả" của Bát Nhã Tâm Kinh, thì dưới đây là hai thí dụ để chúng ta hiểu và cũng là để chứng minh về sự vi diệu của Phật Pháp, sau đó chúng ta sẽ đi tuần tự vào Thất Đại.

Riêng về con người:

Thí dụ thứ nhất:

Chúng ta đang ngồi Thiền ở đây mà **Nghe** có tiếng chuông báo hiệu tới giờ ăn cơm, thì tất cả mọi người, không ai bảo ai đều cùng nghe, đều cùng đứng lên và đều cùng đi đến phòng ăn, thì **Tính Nghe** của mọi người đều cùng Nghe, mà không cần suy nghĩ hay cố ý ấy, là cái ẩn mật vi diệu, vô tướng trong chúng ta tạm gọi là **Một** đó là cái **Thể**. Còn cái mọi người cùng tự động đi đến phòng ăn, là cái nhiệm mầu, tự động nhận biết vô tư mà không cần suy nghĩ, không cần cố ý gì cả gọi là **Tất Cả**, đấy là cái diệu dụng của **Tính Nghe**.

Thí dụ thứ hai:

Chúng ta đang ngồi đây, mà mở cánh cửa thật rộng để nhìn ra ngoài vườn, thì ai cũng **Thấy** cỏ xanh, lá xanh, hoa đỏ, hoa vàng, … đó là **Tính Thấy** ẩn mật vi diệu, vô tướng trong chúng ta được gọi là **Một**, cũng là cái **Thể**; còn cái mọi người cùng thấy những gì vừa kể lá xanh, hoa đỏ, là cái nhiệm mầu nhận biết vô tư, không tác ý, cũng là **cái vận hành tự động** mà không cần suy nghĩ hay cố ý gì của mọi người, thì gọi là **Tất Cả**, cũng là cái Diệu Dụng của **Tính Thấy**.

Chú Ý:

Khi vô minh thì sự nhận biết lúc nào cũng có thành kiến, có tác ý; đó là Tâm Thức Nhị Biên Phân biệt.

Khi Giác Ngộ thì sự nhận biết rất là vô tư, đó là Diệu Dụng, là Trí Tuệ của Bản Giác.

Bài II

Chân Thật Nghĩa của Thất Đại Đất, Nước, Gió, Lửa, Không, Kiến và Thức trong Kinh Bát Nhã và Kinh Lăng Nghiêm với câu: "Một Là Tất Cả"

Nói về Vũ Trụ vạn vật và con người với câu Kinh: "**Một** Là **Tất Cả**" thì chúng ta lại phải nhắc đến các câu Kinh có ý nghĩa và liên hệ đến đề tài này là **Kinh Lăng Nghiêm**. Đức Phật dạy: Toàn thể vũ trụ, vạn vật, kể cả con người, không thể nào ra ngoài Thất Đại là: Địa, Thủy, Hỏa, Phong, Không, Kiến và Thức (Đất, Nước, Gió, Lửa, Không, Kiến, Thức) và vẫn trong **Kinh Lăng Nghiêm**, Đức Phật đã tóm thu tất cả Tứ Khoa, Thất Đại về "Như Lai Tạng"! Tức toàn thể vạn Pháp trong vũ trụ là **Phật Tính**. Vậy chúng ta gọi **Một** là "Như Lai Tạng Tính", và "Tứ Khoa Thất Đại" là **Tất cả**.

Như vậy về phần Thất Đại chúng ta đã hiểu:

Cái gì là **Một** và cái gì là **Tất Cả**?

Trong Kinh Lăng Nghiêm dạy:

- Tính Giác là Chân Không,
  Tính Không là Chân Giác

- Pháp Giới Tính của Địa Đại, Thủy Đại, Hỏa Đại, Phong Đại là Pháp Giới Tính của **Không Đại**.

  Pháp Giới Tính của Không Đại là Pháp Giới Tính của Địa Đại, Thủy Đại, Hỏa Đại, Phong Đại và cũng là Pháp Giới Tính của **Tâm Tri Giác**.

Do Vậy:

Đất (Địa Đại):

Đất là **Chân Không**, Chân Không là Đất. "Tính ẩn mật, vi diệu, vô tướng" trong đất tạm gọi là **Một**, cũng là **cái Thể**; còn Tính ngăn ngại, án ngữ vật chất là "Tính nhiệm mầu" đang vận hành tự động của nó là **Tất Cả**, cũng là cái diệu dụng của Đất.

Thí dụ:

Như một hạt bụi bay vào mắt làm chúng ta đau và khó nhìn thấy mọi vật; như những quả núi ngăn sông, ngăn biển, ngăn rừng; như những bức tường ngăn nhiều phòng, để phòng nọ không nhìn thấy phòng kia.

Nước (Thủy Đại):

Nước là **Chân Không**, Chân Không là Nước. **Tính ẩn mật, vi diệu, vô tướng** của nước tạm gọi là **Một**, cũng là **cái Thể**; còn Tính lưu hành, không ngừng nghỉ là **cái nhiệm mầu, cái vận hành tự động** của nó là **Tất Cả**, cũng là cái diệu dụng của Nước.

Thí dụ:

Chúng ta giỏ một giọt nước trên bàn thì nó chảy loang ra. Như trời mưa, nước chảy khắp mọi nơi, mọi chỗ… Như thác nước, giòng sông, biển, hồ… tất cả đều im lìm chảy không ngừng nghỉ… và trong chúng ta thì máu chảy về tim, về óc v.v…

Gió (Phong Đại):

Gió là **Chân Không**, Chân Không là Gió. Tính ẩn mật, vi diệu, vô tướng của gió tạm gọi là **Một**, cũng là **cái Thể**; còn **Tính dao động chính mình và làm rung động** mọi vật là **Tất Cả**, cũng là cái vận hành diệu dụng của Gió.

Thí dụ:

Gió cho chúng ta biết vận chuyển; gió làm mát chúng ta; đôi khi gió bão làm đổ nhà, làm chết người! Chúng ta ứng dụng sức gió vào máy móc và rất nhiều thứ cho đời sống.

Lửa (Hỏa Đại):

Lửa là **Chân Không**, Chân Không là Lửa; **Tính ẩn mật, vi diệu, vô tướng** của Lửa tạm gọi là **Một**, cũng là **cái Thể**; còn Tính **biến hóa, làm thay đổi hình dạng** của mọi vật từ hình dạng này, sang hình dạng khác là **Tất Cả**, cũng là cái vận hành diệu dụng của Lửa.

Thí dụ:

Một thanh sắt được người thợ rèn nung lên đến tối đa cho sắt mềm ra, rồi đặt lên cái đe để đập, để gọt, để dũa mà thanh sắt ấy thành con dao, thành cái kiếm v.v…

Cây cối mà không có sức nóng của mặt trời thì không thể tươi tốt; Hoa, trái mà thiếu sức ấm của mặt trời thì không thể chín, không thơm tho, ngọt ngào.

Chúng ta cần có điện để có đèn sáng mà làm việc, cần có lửa để nấu ăn. Trong thân thể mà không có sức nóng thì coi như đã chết v.v…

Toàn thể vũ trụ vạn vật đều không rời năm Đại (Đất, Nước, Gió, Lửa, Không), đều hữu dụng tuyệt đối và đều đúng với câu Kinh Pháp Hoa:

"Thị Pháp Trụ Pháp Vị,
Thế Gian Thường Trụ Pháp"

Tức là mọi sự, mọi vật hiện hữu tại thế gian đều là Pháp Thường Trụ và cũng đều là Thị Pháp Vị, mỗi mỗi Pháp đều Trụ, đều có Ngôi Vị riêng, đều có Diệu Dụng riêng của chính nó để hữu dụng cho Đời! Và đều liên hệ mật thiết với nhau trong nghĩa: "**Một** Là **Tất Cả, Tất Cả** Là **Một**", vì **vạn vạn Pháp** cũng chỉ là Một **Tính Bát Nhã** nên vạn sự hiện hữu ngay trước mắt đều liên hệ mật thiết, không thể nào thiếu nhau được.

Cũng như câu Kinh:

**Chư Pháp tùng Bổn Lai,
thường tự Tịch Diệt Tướng**

Câu Kinh này cũng chẳng khác gì câu Kinh Bát Nhã:

Sắc tức thị **Không, Không** tức thị **Sắc**

Tất cả mọi sự, mọi vật hiện hữu đều là **Pháp** (sắc/không), đều là **Phật Tính** hóa hiện, dù muôn hình, vạn trạng hình tướng trông như khác nhau, nhưng những sắc tướng ấy đều vô cùng vi diệu: vừa ẩn mật tức vô tướng mà vẫn nhiệm mầu tức hiện tướng. Đó chính là cái Siêu Việt tự tịch diệt của vạn pháp... Như thế mới là **Thật Tướng Bát Nhã** vì tự nó ra ngoài sự lý luận, tranh cãi của Thức Tâm; Còn nếu phải đem những hình tướng ấy mà đốt đi rồi mới gọi là tịch diệt thì cái tịch diệt ấy là cái "Không tiêu cực", tức cái vô ký Không (cái không ngơ), chính là cái tịch diệt, cái đoạn diệt của sinh tử.

Câu Kinh này rất khó hiểu nhưng khi đã hiểu thì mới thấy nó quá sâu sắc, quá phù hợp với cái Thể mà cũng chính là cái Dụng, nghĩa là vạn Pháp hiện hữu Sắc/Không, Không/Sắc vi diệu, vô tướng/ hiện tướng ẩn mật mà hiện hữu, hiện hữu mà ẩn mật. Tại sao thế? Vì là "Nhất Thiết Duy Tâm Tạo" hay còn gọi là "Vạn Pháp Duy Tâm". Do vậy mà vạn pháp đã tự tịch diệt, nhưng đồng thời lại thể hiện cái nhiệm mầu hiện tướng của vạn sự, vạn vật: Đấy là "Chư Pháp Tùng Bổn Lai", tức là cái **Thể** và cái **Diệu Dụng** không rời nhau, luôn luôn thể hiện ở ngay trước mắt chúng ta.

Thế nên chúng ta tạm gọi: "Tính ẩn mật vô tướng" của vạn Pháp là **Một**, "Tính nhiệm mầu" đồng thời hóa hiện nên vạn pháp là **Tất Cả**.

Trong **Lăng Nghiêm Kinh** cũng có một câu hàm ý rất phù hợp với câu "Một là Tất Cả, Tất Cả là Một" của Kinh Bát Nhã:

Bản Thể Chân Như
không ngăn ngại tác dụng nhiệm mầu và

tác dụng nhiệm mầu
không ngăn ngại Bản Thể Chân Như

Câu Kinh này đồng một nghĩa về cả Thể lẫn Dụng của Thất Đại cũng như của toàn thể các Pháp như đã kể ở trên, vì vạn Pháp đều là **Như Lai Tạng**! Nên đương nhiên vạn pháp cùng chung một **Tính** là **Thể**! và chính cái **Thể** này là **Bản Thể Chân Như**. "BảnThể Chân Như" cũng là "Tính ẩn mật vô tướng" rất vi diệu trong chúng ta và trong vũ trụ vạn vật… chúng ta tạm gọi là **Một**; còn cái Diệu Dụng của Bản Thể là Tính nhiệm mầu, hóa hiện nên vạn vạn sắc tướng là **Tất Cả**.

Chú ý:

- Tứ Khoa là: Ngũ Uẩn, Lục Nhập, Thập Nhị Xứ, Thập Bát Giới
- Thất Đại là: Địa, Thủy, Hỏa, Phong, Không, Kiến và Thức

Về loài **Hữu Tình** đặc biệt là con người mới có đầy đủ cả Tứ Khoa và Thất Đại, còn loài **Vô Tình** thì chỉ có năm Đại đầu là: "Địa, Thủy, Hỏa, Phong, Không" mà thôi.

Tại đây chúng tôi chỉ nói về phần Thất Đại: "Địa, Thủy, Hỏa, Phong, Không, Kiến và Thức". Riêng phần Tứ Khoa: "Ngũ Uẩn, Lục Nhập, Thập Nhị Xứ, Thập Bát Giới" chúng tôi đã trình bày rất chi tiết ở trong cuốn sách: "Như Lai Tạng" từ trang 14 đến trang 33, theo đúng y chỉ của Kinh Lăng Nghiêm, Đức Phật dạy về sự vận hành và diễn tiến của Tứ Khoa khi còn Vô Minh cho đến khi Giác Ngộ.

Bài III

Chân Thật Nghĩa của Không Kiến và Thức Trong Kinh Bát Nhã và Kinh Lăng Nghiêm với câu: "Một Là Tất Cả"

Bây giờ chúng ta nói về 3 Đại: **Không, Kiến và Thức** thì y theo Kinh Lăng Nghiêm Đức Phật đã dạy rõ ba Đại này đều là Như Lai Tạng! Nhưng trước khi nói về Ba Đại này là Như Lai Tạng, thì chúng ta cũng nên ôn lại về cội gốc vô minh của chúng.

Khái niệm về "Không Đại" khi chúng ta còn Vô Minh:

Nói về cái "**Không Đại**" khi chúng ta còn vô minh, thì cái **Không** này bị chúng ta chấp là cái "Không tiêu cực"! Tức là cái **Không** của Tâm Thức vô minh, nhị biên, tương đối, luôn Chấp thật, chấp giả, chấp có, chấp không. Khi chấp Có thì chúng ta xác định là vạn sự, vạn vật đều có Thật; Khi chấp Không thì chúng ta xác định là vạn sự, vạn vật đều hoàn toàn không có cái gì cả! Chỉ như hư không mà thôi, cho nên cái Chấp **Không tiêu cực** này là cái **Không vô ký**, tức cái **Không** của đoạn diệt, của Sinh Tử! Nó đi ngược lại với Cái **Không Tích Cực** là **Chân Không, Tính Không,** chính là Bản Thể cội gốc của vạn Pháp.

Khái niệm về "Không Đại" khi chúng ta đã Giác Ngộ:

Tính Không là Tính Bất Nhị, Tính Vô Sinh, Tính Ly, Tính Giác cũng là Bản Giác, là Bản Thể tự động có các Tính vi diệu, nhiệm màu tức là: "Tính Thấy, Tính Nghe, Tính Ngửi, Tính Nếm Vị cũng là Tính Trùng Trùng Duyên Khởi, Tính Vô Sở Trụ, Tính Bình Đẳng, Tính Chiếu Sáng". Tất cả Tính này chính là **Tính Sáng Suốt**, còn gọi là **Tính Minh** của Bản Giác, của Bản Thể.

Vậy **Tính Không Tích Cực** chính là **Chân Không Bản Thể** cũng chính là Tính ẩn mật, vi diệu, vô tướng, chúng ta tạm gọi là **Một**; Còn các diệu dụng nhiệm mầu, các vận hành tự động của các Tính ấy, nó không cần suy nghĩ hay tính toán gì, chúng ta tạm gọi là **Tất Cả**.

Kiến Đại khi còn vô minh:

Nói về các **Kiến Đại** khi còn vô minh, thì chúng ta phải hiểu như sau:

Theo Lăng Nghiêm Kinh thì Kiến Đại là Căn Đại, Căn Đại ở Nhãn Căn tức ở Mắt thì gọi là Kiến Đại và năm Căn Đại kia cũng thế, chúng được gọi là: Nhĩ Đại, Tỉ Đại, Thiệt Đại, Thân Đại và Ý Đại (Tai, Mũi, Lưỡi, Thân, Ý). Tất cả sáu Căn Đại này đều không hề lay động, đều có công năng giới hạn sự hữu dụng riêng của từng Căn, vì chúng chỉ là các Vọng Căn tức <u>cái</u> Thấy, <u>cái</u> Nghe, <u>cái</u> Hay Biết... chúng chính là <u>cái</u> "Sáng Suốt" nhưng là cái "Sáng Suốt" còn vô minh nên chỉ là sự thông minh! Chưa phải là Trí Tuệ, chúng cũng chính là những Giác Quan của chúng ta! Chúng chỉ thấy, chỉ nghe, chỉ ngửi, chỉ chạm xúc v.v... nhưng chúng không phân biệt được các Sắc Tướng khác nhau ra sao? Các Âm Thanh khác nhau thế nào? cũng như sự khác nhau của các Hương Vị, còn cái Ý Căn thì chỉ lờ mờ, rất giới hạn.

Sau đây là các chi tiết về công dụng riêng biệt của từng Căn Đại khi chúng còn vô minh: Thoạt đầu, khi các Căn Đại chạm xúc với Sáu Trần (Sắc, Thanh, Hương, Vị, Xúc, Pháp) thì:

- Nhãn Căn chỉ thấy được vạn vật mà không biết vật nào khác với vật nào?
- Nhĩ Căn chỉ nghe được âm thanh mà không phân biệt được các âm thanh khác nhau ra sao?
- Tỷ Căn chỉ biết ngửi, nhưng không biết các mùi hương khác nhau như thế nào?
- Thiệt Căn chỉ biết nếm, nhưng không biết mặn khác với ngọt.

- Thân Căn chỉ biết chạm xúc với mọi vật, nhưng không biết lạnh khác với nóng, trơn khác với nhám v.v…
- Ý Căn chỉ hiểu biết lờ mờ về vạn pháp hiện hữu.

Nhưng sau giây phút không biết rõ ấy, thì ngay lập tức sáu Căn Đại này được nương nhờ hoàn toàn vào các Vọng Thức Đại vẫn của Sáu Căn ấy là: Nhãn Thức, Nhĩ Thức, Tỷ Thức, Thiệt Thức, Thân Thức, Ý Thức. Những Thức này chính là cái tác dụng nhận biết của Cái Sáng Suốt tức (cái Thấy, cái Nghe, cái Hay Biết…) còn vô minh nên lúc biết, lúc lại không biết! Khi biết là cái biết đoán mò, còn khi không biết là cái vô ký, là cái đoạn diệt! Đó cũng chính là những Giác Quan: Mắt, Tai, Mũi, Lưỡi, Thân, Ý vô minh, không rốt ráo! Tuy biết phân biệt Sắc Tướng này khác với Sắc Tướng kia, hình tròn khác với hình vuông, màu xanh khác với màu đỏ, tiếng chuông khác với tiếng mõ, mùi hương của Hoa Lan khác với mùi hương của Hoa Hồng, vị ngọt khác với vị chua v.v… nhưng cái Biết này chỉ là cái Biết Vô Minh tương đối của Tâm Thức có thành kiến đẹp/xấu, giầu/nghèo v.v… để mà dính mắc! Ngược lại với Tính Biết tuyệt đối là Phật Tính.

Chú Ý:

Tại sao những Giác Quan của chúng ta là: Mắt, Tai, Mũi, Lưỡi, Thân, Ý chỉ được gọi là "Cái Sáng Suốt" không rốt ráo?

Bởi chúng còn nhiều vô minh, nên chỉ là sự thông minh mà thôi, do đó mà lúc giỏi, lúc dốt; lúc sáng, lúc tối; lúc nhầm lẫn, lúc lại thông minh v.v…

Đức Phật đã dạy: "Trên trời, dưới đất, toàn vũ trụ vạn vật đều chỉ là một Phật Tính."

Nhưng thực tại, các Căn Đại của chúng ta trở nên nông nỗi như thế, là vì tự nhiên không ai hiểu vì sao chúng ta lại có một Niệm Bất Giác (vô minh) của cái Vọng Tâm Thức nổi lên! Rồi Niệm đó lại giả dối chia Phật Tính làm sáu cái Vọng Giác Quan! Do đó mới có Sáu Nẻo Luân Hồi. Sáu Giác Quan này đương nhiên là những Vọng Giác che kín mất Tính Sáng Suốt thường hằng từ vô thủy của Sáu Căn, tức là nguyên thủy Sáu Căn này chính là Phật Tính. Vậy:

Sáu Căn chỉ là Một và Một là Sáu Căn

Thật sự mà nói, đã là Phật Tính thì tự động vượt cả **Sáu** lẫn **Một**, tức là siêu việt toàn thể vũ trụ vạn vật… thì đấy là Chân Như Phật Tính.

Tại đây chúng tôi lại xin nhấn mạnh để chúng ta cùng hiểu rốt ráo giữa các Căn Đại và các Thức Đại là những Đại vô cùng quan trọng, rất phức tạp, rất khó hiểu, dễ nhầm lẫn! Mà chính chúng là nguyên nhân tạo nên sự sinh tử, luân hồi.

Thưa rằng:

- Các Thức Đại thì luôn lay động, luôn luôn lăng xăng để phân biệt vạn Pháp trong nghĩa nhị biên tương đối, vì thế mới có đi, có về; có sống, có chết; có sinh, có tử…

- Còn các Căn Đại tuy là đứng lặng, không lay động thật, nhưng lại phải nương nhờ hoàn toàn vào các Thức Đại để biết suy xét, biết nghĩ ngợi, biết học hỏi, và giải quyết mọi vấn đề v.v… Do vậy mà chúng ta bị ảnh hưởng rất sâu nặng về các Thức Đại đó! Để rồi phải chịu lĩnh mọi phiền não, khổ đau, sinh tử luân hồi… Tại sao vậy? Chỉ vì chúng ta ai cũng có các Căn Đại ấy ở ngay trên thân thể.

Kiến Đại khi đã Giác Ngộ:

Kiến Đại khi đã Giác Ngộ thì đương nhiên không còn phải dựa dẫm vào cái tác dụng nhận biết của các vọng Tâm Thức nữa, vì vọng Tâm Thức này đã tự động là **Trí Tuệ** thường hằng hiểu biết rốt ráo về vạn Pháp; Trí Tuệ đó chính là **Như Lai Tạng Tính**, nên rất thanh tịnh, tĩnh lặng, bình đẳng như như.

Và khi Kiến Đại đã là Như Lai Tạng thì tự động Kiến Đại là: Tính Thấy, Tính Nghe, Tính Hiểu Biết v.v… Tất cả các Tính này chỉ là một Tính, nó chính là Tính Minh (Tính Sáng Suốt) của Tâm Tính, của Bản Giác, nó cũng là Pháp Giới Tính, vừa có Tính nhiệm màu, trùng trùng duyên khởi, hóa hiện nên vũ trụ, vạn vật tức Vạn Pháp, nó lại vừa có **Tính Sáng Suốt** là **Trí Tuệ** nên nó tự hiểu biết tường tận về toàn thể vạn pháp mà tự nó khởi nên. Tính này chính là "**Tính Giác Diệu Minh**", vừa ẩn mật lại vừa hiện hữu… Tính Giác tự có:

Tính Diệu:

Là Tính nhiệm mầu "Duyên Nhập Thế", chính

nó khởi nên toàn thể các Sắc Tướng và Vô Sắc Tướng của vũ trụ vạn vật… là để:

Nhập thế mà vẫn xuất thế

Vì Phật Pháp chưa hề rời Thế Gian Pháp bao giờ…

Tính Minh:

Là "Tính vi diệu, sáng suốt Xuất Thế" tức là Trí Tuệ ẩn mật của chúng ta.

Tính Diệu và **Tính Minh** tuy hai mà một, tuy một mà hai, không bao giờ rời nhau, có như vậy mới gọi là **Tính Giác** vừa Diệu lại vừa Minh, vừa tự khởi lại vừa tự biết những gì chính mình khởi nên!

Vì thế mà trong **Kinh Lăng Nghiêm** dạy rằng:

"Tính Giác tự Diệu, Tự Minh, tự Tịch Tĩnh, tự Chiếu Tỏa"

Cũng vì sự vi diệu vô tướng ẩn mật như thế, nên nó mới ôm trọn toàn diện sự nhiệm màu, hiện tướng của vạn Pháp, chính là vũ trụ vạn vật đang hiện hữu ở ngay trước mắt chúng ta! Đó là **Bản Tính**, là **Bản Giác** thường hằng, vốn dĩ như vậy, nên chúng ta tạm gọi Tính ấy là **Một**.

Còn về sự vận hành vi diệu, nhiệm màu của toàn thể vũ trụ vạn vật do **Tính Diệu**, hóa hiện như thế, nên tự động siêu việt có/không; siêu việt biết/không biết; siêu việt động/tịnh; siêu việt nhị biên; siêu việt sinh/tử và sáu nẻo; Nó chính là các "Diệu Dụng Nhiệm Mầu", với các "Vận Hành Tự Động" của Tính

Sáng Suốt, cho nên nó không cần tính toán, suy nghĩ hay cố ý gì, nên chúng ta tạm gọi là **Tất Cả**.

Thí dụ như:

- Tính Thấy tự động thấy, tự động hiểu biết về vạn pháp, tức tự thấy, tự biết về vạn vạn sắc tướng dù thô hay tế đến đâu.

- Tính Nghe tự động nghe, tự động hiểu biết về vạn vạn âm thanh khác nhau từ thô tới vi tế.

- Tính Ngửi tự động ngửi và biết được vạn vạn mùi hương khác nhau.

- Tính Nếm thì tự động biết nếm, và tự động hiểu biết được vạn vạn vị ngọt, đắng, cay, chua, chát khác nhau.

- Tính Xúc rất bén nhạy, tự động biết mọi chạm xúc trong mọi trạng thái vui, buồn, sướng, khổ, nóng, lạnh, nhám, trơn v.v...

- Tính Biết, tự động biết rõ về vạn vạn Pháp, dù thô hay tế tới đâu, mà không cần suy nghĩ hay cố ý gì cả.

Thức Đại khi còn vô minh:

Là cái Vọng Tâm Thức đầy vô minh, luôn luôn lay động vì có niệm bất giác hay còn gọi là Nhất Niệm Vô Minh, là cái niệm Nhị Biên luôn luôn chấp thật, chấp giả để phân biệt vạn Pháp với nghĩa tương đối:

Đúng/sai, thật/giả, có/không, đẹp/xấu, sinh/tử v.v...

Niệm vô minh này càng dầy thì chúng ta càng si mê, làm cho bản ngã càng lớn và tập khí càng nặng, để càng ngụp lặn sâu hơn trong luân hồi sinh tử.

Thức Đại khi đã Giác Ngộ:

Theo **Kinh Lăng Nghiêm** thì khi chúng ta đã Giác Ngộ là các Vọng Thức đều tự động là **Trí Tuệ**… đều là **Như Lai Tạng**, do vậy mà các Thức không còn lay động, không còn lăng xăng phân biệt nữa! Theo danh từ thế gian mà nói là sóng đã nhập nước, tức **Thể / Dụng** đồng nhất, không còn phân hai nữa! (**Thể** là: Tinh Thấy, Tinh Nghe, Tinh Hiểu Biết v.v…, **Dụng** là Trí Tuệ), nên rất thanh tịnh, rất tĩnh lặng, và đều tự động âm thầm vừa Thấy, vừa hiểu biết đồng thời, đồng lúc; tự động âm thầm vừa Nghe, vừa hiểu biết đồng thời, đồng lúc; tự động âm thầm nhận biết rốt ráo mà vô tư về vạn Pháp mà không hề dính mắc bất cứ Pháp nào.

Chú ý:

Thật ra khi Giác Ngộ thì Vọng Tâm Thức vô minh tan biến cỡ nào, thì Trí Tuệ vốn sẵn đó hiện ra cũng cỡ đó, chứ có phải chuyển, phải thành cái gì đâu! Tất cả chỉ là Mây Vô Minh tan thì Trăng Trí Tuệ hiện mà thôi.

Vậy cái thanh tịnh ẩn mật, vi diệu vô tướng chúng ta tạm gọi là **Một**, còn cái tác dụng nhiệm mầu tự động nhận biết về muôn pháp từ thô tới tế, chính là cái diệu dụng vô tướng, cái vận hành không cần suy nghĩ hay cố ý gì, chúng ta tạm gọi là **Tất Cả**.

Bài IV

Phần Bổ Túc và Phần Kết Luận của Tứ Khoa Thất Đại

Phần Bổ Túc này sẽ có những phần chỉ nói sơ qua, và có những phần cần bổ túc thêm nhiều chi tiết, để rõ nghĩa hơn ở những đoạn thật quan trọng mà khó hiểu.

Qua ba bài viết ở trên, đại khái chúng ta đã hiểu về Tứ Khoa Thất Đại là Thân Tâm của mình từ ngoài vào trong, từ trong ra ngoài, và hiểu cả toàn thể Vũ Trụ Vạn Vật cũng là muôn Pháp Giới… Tất cả vừa xuất thế mà vẫn nhập thế! Nhưng để kết luận đề tài này, bằng cách ôn và tóm lược khá chi tiết, thì chúng ta vẫn phải làm sáng tỏ hơn về cả hai phần là:

- Phần Tứ Khoa Thất Đại qua Thân Tâm khi còn Vô Minh

- Phần Tứ Khoa Thất Đại qua Thân Tâm khi đã Giác Ngộ

1. Tứ Khoa Thất Đại khi Thân Tâm còn Vô Minh:

Xin nhắc lại, từ vô thủy tất cả chúng sinh đều là Phật! Nhưng tự dưng, không một nguyên do gì, chúng ta tự phát minh ra một ý niệm Nhị Biên Phân Biệt, tự nó chia Phàm, chia Thánh, tự nó phân biệt: có/không, thật/giả, đẹp/xấu, giỏi/dốt, khen/chê, sinh/tử v.v… Ý niệm Nhị Biên đó, trong Kinh gọi là Vọng Niệm, Nhị Biên Phân Biệt Niệm, Nhất Niệm Vô Minh; thật ra nó chính là Niệm Bất Giác, niệm Bất Giác này chỉ là một khái niệm vọng tưởng vẽ vời.

Đức Phật dạy: *"Đã là Vọng thì không phải là Thật, đã là Vọng thì cũng không có một nguyên do hay lý lẽ gì trong cái Vọng ấy"*. Nhưng chúng sinh đã lỡ chấp nhận cái Vọng Tâm Thức này là Tâm của chính mình và chấp nhận cái khái niệm Nhị Biên tương đối của nó là Chân Lý, cho nên chúng ta tin vọng tưởng là có thật 100%, vì vậy mà chúng ta đã tự thành lập một thế giới tương đối: có sự sống, có sự chết, có khổ đau thật sự, để rồi bị trôi lăn trong hằng hà sa số kiếp, hết sống lại chết… Cứ sinh tử triền miên như thế mãi; mà càng sinh tử, càng trôi lăn như thế thì cái Vọng Tưởng Vô Minh lại càng sâu dầy hơn; nó dầy như sắt, như thép, như đồng, như đá để chôn vùi **Phật Tính** sâu kín hơn.

Vì thế cho nên: Khi vô minh thì một Phật Tâm mà cái Vọng Tâm Thức của chúng ta đã giả dối chia ra làm hai, tức là chia Thân và Tâm riêng rẽ; mà lại chỉ quan trọng cái "Tâm", còn cái "Thân" thì cho là giả, là vô thường, nên coi rẻ, coi khinh! Và cũng vẫn một khái niệm vô minh ấy, chúng ta phân biệt mọi đối tượng quanh chúng ta cũng ở trong nghĩa Nhị Biên Tương Đối, rồi tự đặt toàn thể muôn loài, muôn vật trong vũ trụ ở một trạng thái cố định, chấp thật muôn điều, muôn sự ấy là vô thường, là khổ, là có sinh, là có tử… Cũng vì có cái Khái Niệm cố chấp kiên cố mãi như thế, nên sự cố chấp này mới thành sự thật để rồi chúng ta đắm chìm trong sinh tử là vậy.

Cái Tâm Vọng Tưởng làm chúng ta khốn khổ đến như thế, nhưng vẫn còn chưa đủ. Nó còn sáng tạo thêm những phần thật vi tế để làm cho chúng ta điêu đứng hơn nữa. Đấy là: Khi cái Tâm của chúng ta đã lìa khỏi cái thân xác, thì cái Tâm phải có nơi, có chỗ mà về! Do đó, cái Nhất Niệm Vô Minh này lại một lần nữa giả dối chia Phật Tâm ra làm sáu, để rồi có Sáu nẻo luân hồi là: Trời, Người, A Tu La, Ngã Quỷ, Súc Sinh và Địa Ngục.

Mọi nông nỗi ấy là do cái Vô Minh che kín mất **Tính Giác**! Mà Tính Giác lại là **Phật Tính** của chúng ta; Tính Giác được gọi nhiều tên: Chân Như, Chân Tâm, Phật Tâm, Phật Tính, Tính Giác Diệu Minh v.v… Chúng ta rất cần học để hiểu thật tận tường về **"Tính Giác Diệu Minh"** này.

- Thứ Nhất, nó chính là **Phật Tính** của chúng ta.
- Thứ hai, nó liên hệ toàn thể vũ trụ vạn vật.
- Thứ ba, nó liên hệ đến sự vô minh và liên hệ cả đến sự giác ngộ để giải thoát sinh tử. Khi

muốn giải thoát sinh tử, chúng ta phải tu hành sao cho hết vô minh thì tự nhiên Tính Giác Diệu Minh sẵn đó sẽ hiện ra.

Nói thì dễ, nhưng khi tu hành thật trang nghiêm để tiến đến mức độ ấy cũng phải gian nan không ít... Nội việc tìm hiểu thật cặn kẽ nguyên do của sự vô minh vì đâu mà có, chúng ta cũng đã tốn biết bao nhiêu là thời gian. Thế rồi khi đã hiểu rõ nguyên do của sự vô minh thì chúng ta mới bắt đầu kiếm phương tiện nào thật rốt ráo, thật hữu hiệu và hợp với Chân Lý để khi tu hành không đi lạc đường hay đi lòng vòng mất hết thời gian.

Vâng, sở dĩ chúng ta phải bị luân hồi trong hằng hà sa số kiếp như thế, cũng chỉ vì cái mây mù của Thức Tâm Vô Minh che mất Tính Giác. Đấy là lý do khiến chúng ta hoàn toàn quên mất Tính Giác Diệu Minh sẵn có của mình, để rồi vì lú lẫn mà đi nhận lầm cái Vọng Tâm Thức là Tâm, là Thân của mình, nên chẳng còn bao giờ biết là từ vô thủy, mình đã là Tính Giác kỳ diệu, siêu việt, nhiệm mầu không sao diễn tả và lý luận gì được bằng bộ óc thế gian.

Sau đây là phần giải thích rõ thêm về "Tính Giác Diệu Minh".

Theo y chỉ của Kinh Lăng Nghiêm: "Tính Giác Diệu Minh" tự Tịch Tĩnh, Tự Diệu, Tự Minh, tự Chiếu Tỏa.

Tính Minh:

tức Tính Sáng Suốt cũng là Trí Tuệ của chúng ta,

nhưng vì bị vô minh che khuất, nên bây giờ tự động chỉ còn là sự thông minh của bộ óc nhỏ xíu, chính là cái Tâm Thức Nhị Biên tương đối; Do vậy mà khi chúng ta biết thì chỉ là cái biết của vô minh, đoán mò, còn khi chúng ta không biết, thì đó chính là cái không biết vô ký của đoạn diệt.

Tính Diệu:

Tức là Tính nhiệm mầu, vi diệu, duyên khởi nên toàn bộ vạn Pháp trong vũ trụ này. Thế mà chúng ta lại hoàn toàn đã quên và còn không hề biết gì về **Tính** này nữa. Ngược lại chúng ta lại còn chán ghét và bảo rằng vũ trụ vạn vật này là ô nhiễm, thân tâm này cũng ô nhiễm! Để rồi chúng ta chỉ chấp nhận có Cái Minh mà bỏ đi Cái Diệu, tức là chỉ nhận một Cái Tâm Thức Vô Minh cho là Tâm của mình và khi chết chúng ta gọi Tâm ấy là cái Hương Linh, là cái Tâm Linh v.v… còn cái Thân và toàn vũ trụ vạn vật thì bỏ hẳn đi, vì tất cả đều bị chấp thật là vô thường.

Như vậy đó, chỉ vì một **Phật Tính**, một **Tính Giác Diệu Minh** mà chúng ta đem chia xẻ ra làm hai, tức là tự chúng ta tạo dựng nên Thế Giới Nhị Biên tương đối, thì lẽ đương nhiên phải chịu về cái quả Nhị Biên ấy.

Đến đây, coi như chúng ta đã tạm hiểu về "Tính Giác Diệu Minh" khá rõ. Bây giờ chúng ta hãy cố gắng thậm thâm về cả lý thuyết lẫn thực hành để thấu đáo sâu sắc hơn về Tính Siêu Việt này thì mới giải quyết được mọi phiền não sinh tử như đã nói ở trên. Mặc dầu hiểu lý thuyết như thế chỉ là mới giải ngộ, nhưng cũng đáng quý lắm, vì nó mở ra cho chúng ta một đạo lộ quang minh hiển bày "**Tính Giác**", mà **Tính Giác** này ở ngay chúng ta và ở ngay cả muôn loài vũ trụ, vạn vật. Tính Giác tự động vừa Diệu, vừa Minh, nên **Tính Diệu** không thể rời **Tính Minh** và **Tính Minh** không thể rời **Tính Diệu**.

Nếu chúng ta chỉ chọn một trong hai, tức là tự chia "Tính Giác Diệu Minh" thành hai, thì vô tình chúng ta đã tự nguyện chấp nhận cái Tâm Thức Vô Minh, tức Tâm Thức Nhị Biên sinh tử; có nghĩa là chỉ nhận cái "Minh", mà bỏ đi cái "Diệu" thì tự động chúng ta lọt vào "Hữu Trí mà Vô Thân"!

Ngược lại, nếu chúng ta chỉ chấp nhận cái "Diệu", mà bỏ đi cái "Minh" thì tự động chúng ta lọt vào "Hữu Thân mà Vô Trí".

Có biết đâu **Tính Diệu** là Tính Duyên Khởi, là Tính hóa hiện nên toàn thể vạn Pháp, "Xuất Thế mà vẫn Nhập Thế", đồng thời **Tính Diệu** ấy đích thị là **Pháp Giới Tính**, là Tính Trùng Trùng Duyên Khởi không bao giờ ngưng nghỉ… Thêm nữa, **Tính Diệu** cũng lại chính là Tính **Nhất Thiết Duy Tâm Tạo** trong **Hoa Nghiêm Kinh**.

Như vậy là chúng ta biết rõ: "Tính Diệu" không ngoài "Thân Bát Nhã" cũng là Thân Hiện Hữu của chúng ta! Đúng như thế:

Khi đã có "Tính" thì đương nhiên phải có "Tướng"

Có "Sắc" thì phải có "Không"

Có "Thân" thì phải có "Tâm"

Do vậy mà "Tính Diệu" chẳng bao giờ rời được "Tính Minh".

Thật ra thì:		Tính Minh là Tính Diệu
			Tính Diệu là Tính Minh

			Sắc là Không
			Không là Sắc

Cho nên:		Thân là Tâm
			Tâm là Thân

Vì vậy mà:

Thân/Tâm nhất như, Tính/Tướng y Một, Sắc/Không chẳng hai.

Vậy thì **Tính Minh** chính là **Tâm Bát Nhã**, cũng là Trí Tuệ của chúng ta; còn **Tính Diệu** tự động là **Thân** của chúng ta và cũng là Tính của muôn loài, muôn vật trong vũ trụ.

Tất cả muôn loài, muôn vật trong vũ trụ đều thể hiện sự lộng lẫy huy hoàng, sự linh thiêng, vi diệu, sự thực tế hữu dụng cho đời chỉ vì **Tính Giác Diệu Minh** chính là **Phật Tính** của chúng ta, vừa vi diệu, vừa nhiệm mầu…

Do vậy mà chúng ta phải hiểu một cách sâu sắc là: **Tính Diệu** tự có sự "nhiệm mầu" nên đã hiện hóa toàn thể muôn Pháp tuyệt đối như thế nào, thì **Tính Minh** tự có "Tính vi diệu, sáng suốt" chính là **Tính Giác** tự động "Thấy Biết", tự động "Nghe Biết", tự động "Ngửi Biết" v.v… một cách tuyệt đối rốt ráo về muôn Pháp cũng y như thế ấy.

Chú Ý:

Xin nhấn mạnh trong chúng ta, những ai đã chấp Vọng Tưởng Nhị Biên là có thật đều phải bị liên hệ đến sinh tử luân hồi; còn những ai đã hiểu rốt ráo về Phật Pháp, tức là Nhất Niệm Vô Minh đã hoàn nguyên hướng thiện, thì không còn bị ảnh hưởng với Sáu Nẻo luân hồi nữa.

Tứ Khoa Thất Đại khi Thân Tâm đã Giác Ngộ:

Qua Bát Nhã Tâm Kinh và Lăng Nghiêm Kinh về Tứ Khoa Thất Đại trong nghĩa "Một Là Tất Cả, Tất Cả Là Một", thì:

- Với Lăng Nghiêm Kinh: Toàn thể Tứ Khoa Thất Đại đều là Như Lai Tạng.

- Với Bát Nhã Tâm Kinh: Toàn thể vạn Pháp trong vũ trụ vạn vật không có gì ra ngoài được nghĩa tích cực của "Sắc" với "Không"; tức là siêu việt "Sắc" thì không thể rời siêu việt "Không" và ngược lại, siêu việt "Không" chẳng bao giờ rời siêu việt "Sắc".

Cái siêu việt "Sắc", "Không" trong Bát Nhã Tâm Kinh cũng như y chỉ nghĩa của Pháp Hoa Kinh: "Chư Pháp Tùng Bổn Lai, Tướng Thường Tự Tịch Diệt", có nghĩa là vạn Pháp đều có Phật Tính, đều tự vừa là hữu tướng, lại tự vừa là vô tướng, tức vừa tự là "Sắc" và vừa tự là "Không"! Chúng ta không cần đem cái sắc ấy đốt đi, rồi mới thấy là không. Nếu phải làm như thế thì cái Không này là cái Không của sinh/tử, đoạn/diệt.

Cũng y nghĩa như vậy, để kết luận về Tứ Khoa Thất Đại qua Lăng Nghiêm Kinh thì sự diễn nghĩa của Kinh này tuyệt đối rõ ràng hơn, để chúng ta có thể vượt qua và hiểu được mọi sự, mọi vật quá ư trừu tượng, quá ư siêu việt trong Bát Nhã Tâm Kinh. Theo y chỉ của Lăng Nghiêm Kinh thì: Trên trời dưới đất, toàn thể vũ trụ vạn vật… tất cả chỉ là Một "**Tính Giác Diệu Minh**", tức "**Phật Tính**" không hơn, không kém, không thiếu, không thừa; chính Tính này đã hóa hiện nên muôn Pháp Giới tại đây, ngay ở chúng ta. Và cũng vì là sự vi diệu, nhiệm mầu hóa hiện của Phật Pháp. Cho nên tự nó vượt ra ngoài mọi đối đãi, ra ngoài mọi văn tự, lời nói, và mọi sự lý luận của bộ óc Thế Gian.

PHẦN II • *Bài 5*

Tranh Phụ Bản: Họa Sĩ Lam Thủy

Bài V

Tính Giác Diệu Minh
Trong Kinh Lăng Nghiêm

Tính Giác Diệu Minh chính là **Phật Tính**, và khi đã gọi là Phật Tính thì không thể nào diễn tả, giải thích gì được, dù là bất cứ ai tài giỏi tới đâu? Do vậy tại đây chúng ta chỉ đại khái cùng nhau tạm hiểu về "Tinh Giác Diệu Minh" như sau:

Tính Giác vi diệu, nhiệm mầu biến hóa vạn Pháp cùng khắp tam thế, mười phương, tám hướng, dù âm, dù dương, trên trời, dưới đất, dù là hạt bụi cho đến vạn loại hữu tình, vô tình, hữu hình, vô hình v.v… đều là vượt không gian, thời gian, đều là siêu Thế mà vẫn nhập Thế!

Đi sâu hơn nữa, chúng ta vẫn phải học để hiểu thật rành mạch về Tính Giác qua lời Phật dạy ở các Kinh:

Lăng Nghiêm

Lăng Già

Pháp Hoa

Viên Giác

Bát Nhã ...

Để biết rõ rằng Tính Giác này chính là Thân Tâm của chúng ta, cũng là của toàn thể vũ trụ vạn vật đang hiện hữu nơi chúng ta đang hiện sống.

"Tính Giác Diệu Minh" bao gồm rất nhiều Tính, nhưng tất cả vẫn chỉ là Một Tính.

Do vậy, trong Kinh mới dạy:

Một là Tất Cả, Tất Cả là Một

Nếu đem Tính Giác Diệu Minh ra mà phân tích để học hỏi là tự động chúng ta bị lọt vào Thức Tâm Nhị Biên Tương Đối, tức là đem Phật Tính chia hai, chia sáu. Nhưng chính Đức Phật đã phương tiện chỉ dạy trong Kinh Lăng Nghiêm rất tỉ mỉ nên chúng ta cũng phải phương tiện là y chỉ các Kinh để cùng nhau học và hiểu là lẽ tự nhiên:

Tính Giác Diệu Minh

Tự Tịnh, Tự Định, Tự Diệu, Tự Minh, Tự Chiếu Tỏa

Cũng vừa Tịnh, vừa Định, vừa Diệu, vừa Minh, vừa Chiếu Tỏa

Thường Tịnh, Thường Định, Thường Diệu, Thường Minh, Thường Chiếu Tỏa

Tính Giác	**Tính Giác**
Tính Giác là: Bản Thể, Bản Giác Rỗng lặng, tĩnh lặng, thanh tịnh, ẩn mật nên **không xao động** (như như) Tính Giác là **Tính Minh** tức Tính Sáng Suốt (Trí Tuệ)	Tính Giác tự động có:**Tính Diệu** cũng là **Diệu Dụng** của **Tính Giác** duyên khởi nên toàn thể muôn loài, muôn vật trong vũ trụ dưới các dạng "**Sáu Trần**" luôn luôn dời đổi, nên lúc nào cũng **xao động** không ngừng...

THỂ	**DỤNG**
Tính Thấy *âm thầm thấy-biết muôn hình dạng, muôn màu sắc của:*	Sắc Trần
Tính Nghe *âm thầm nghe-biết vạn vạn âm thanh khác nhau của:*	Thanh Trần
Tính Ngửi *âm thầm ngửi-biết vạn vạn mùi hương, khác nhau của:*	Hương Trần
Tính Nếm *âm thầm nếm-biết vạn vạn vị khác nhau của:*	Vị Trần
Tính Chạm *Xúc âm thầm nhận-biết vạn vạn sự cảm xúc khác nhau của:*	Xúc Trần
Tính Hiểu Biết *âm thầm hiểu-biết vạn vạn Pháp khác nhau của:*	Pháp Trần

Tính Giác Diệu Minh chính là *"Phật Tính"*, là thân tâm của toàn thể chúng sinh... cho nên chúng ta phải học kỹ càng và nhớ rằng:

1- Tính Giác là **Tính Minh**, là Tính Sáng Suốt, tức Trí Tuệ Vô Tướng; nói giản dị hơn thì Tính đó là: Tính Thấy, Tính Nghe, Tính Nhận Biết ở ngay chúng ta. Tính này rỗng lặng nên được gọi là *"Tính Không"*, là *"Chân Không"*; Và vì rỗng lặng như vậy nên mới gọi là *"Tính Ẩn Mật Vi Diệu"*, như như bất động! Trong Kinh còn gọi là *"****Cái Không Xao Động****"*.

Đã là *"****Cái Không Xao Động****"*, là cái rỗng lặng như thế cho nên:

Đức Phật mới dạy:

Không đi không về Không cũ không mới Không gốc, không ngọn Không sinh không tử	Đấy là Bản Thể, là Bản Giác, là Giác Thể, là Phật Tâm của chúng ta, và của toàn thể vũ trụ vạn vật.

2- Tính Giác tự động còn có **Tính Diệu** là Tính chiếu tỏa, là Tính vô cùng quan trọng, mà tất cả mọi người chúng ta vì vô minh nên đều quên mất Tính này. Do vậy mà chúng ta chỉ chú trọng đến **"Cái Minh"** thôi và bỏ đi **"Cái Diệu"**. **"Cái Minh"** được chúng ta gọi là cái Tâm Thức, cái Linh Hồn v.v... còn **"Cái Diệu"** thì gọi là cái thân xác phàm phu. Nhưng có biết đâu, từ vô thủy **"Tính Giác Tự Diệu, Tự Minh"** của chúng ta luôn luôn trường tồn, thường diệu, thường minh, thường hằng bất biến... Cho dù chúng ta có vô minh hay trí tuệ là tự chúng ta thôi, chứ chẳng ảnh hưởng gì đến "Tính Giác Tự Diệu, Tự Minh" luôn hiện hữu, thường hằng vẫn đấy.

Tính Diệu nhiệm mầu không ngừng nghỉ, hóa hiện muôn vàn hiện tượng, tức vạn Pháp… trước mắt chúng ta, nhưng vì vô minh chúng ta chấp các hiện tượng ấy là có thật! Có biết đâu rằng Sáu Trần: Sắc, Thanh, Hương, Vị, Xúc, Pháp chỉ là sự hóa hiện của Diệu Tính, nên khi ẩn, khi hiện, luôn luôn đổi thay, luôn luôn linh động, luôn luôn **xao động** trong từng sát na. Vì thế mà Vũ Trụ Vạn Vật thì khi Thành, khi Trụ, khi Hoại, khi Không… Còn đối với con người thì khi Sinh, khi Trụ, khi Dị, khi Hoại … Đó là năng lực vi diệu của Phật Tính, diễn tiến mãi mãi như vậy để lúc nào cũng tươi mát, linh động, không ù lì, không nhàm chán!

Kinh Bát Nhã đã dạy:

"Vạn pháp không tương tục
mới là không mất, không diệt,
và do đó mới là thường hằng, bất biến"

Sự Thật là thế, khi đủ duyên lành chúng ta tu hành thật nghiêm chỉnh, đúng y Chính Pháp thì mới ngã ngũ ra là "**Cái Diệu**" mà xưa nay chúng ta coi thường, coi rẻ ấy, ai ngờ nó lại chính là "**Tính Diệu**" của Bản Giác, của Tính Giác! **Tính Diệu** này có rất nhiều tên gọi như: trong Hoa Nghiêm Kinh, **Tính Diệu** được gọi là "Nhất Thiết Duy Tâm Tạo"; trong Lăng Nghiêm Kinh, **Tính Diệu** được gọi là "Pháp Giới Tính Trùng Trùng Duyên Khởi".

Vâng, **Tính Diệu nhiệm mầu** duyên khởi nên vạn Pháp… và sự diễn biến của nó vô cùng kỳ diệu, thiên biến vạn hóa, linh động khôn lường, chẳng hề bao giờ ngưng cả… cũng vì quá linh động đến như thế, nên trong Kinh Lăng Nghiêm mới gọi nó là: "**Cái Xao Động**" và Kinh cũng dạy rằng

"Cái Xao Động và Cái Không Xao Động mới chính thật là Cái Không Xao Động!"

Lăng Nghiêm Kinh dạy rõ nguyên do của vạn vạn Pháp huyễn hóa như thật, như hư… đang hiện hữu ở ngay đây. Tất cả là bởi Tính Giác vừa Diệu lại vừa Minh! Có như vậy mới được gọi là "Diệu Giác Đẳng Giác", mới được gọi là "Toàn Giác"! Do đó mà:

"**Cái Không Xao Động**" duyên khởi nên "**Cái Xao Động**", hiện hóa, hóa hiện cùng khắp mọi nơi, tận cùng Pháp Giới.

Cũng vì lý lẽ này mà chúng ta mới hiểu được:

Động Tịnh là Nhất Như và đương nhiên có Tịnh mới có Chiếu, có Định mới có Tuệ v.v…

Cũng như thế:

Ẩn Mật không rời **Hiện Hữu**, **Hiện Hữu** không rời **Ẩn Mật**.

Vô Hình không rời **Hữu Hình**, **Hữu Hình** không rời **Vô Hình**.

Tính không rời **Tướng**, **Tướng** không rời **Tính**.

Phật Pháp không rời **Thế Gian**, **Thế Gian** không rời **Phật Pháp**…

Như vậy thì có khác gì Chân Lý của Bát Nhã Tâm Kinh đã chỉ thẳng, đã dạy chúng ta là:

*"Trong toàn thể Pháp Giới không có cái gì ra ngoài **Không** với **Sắc**".*

Do vậy mà:

"Không" chẳng rời "Sắc",
"Sắc" chẳng rời "Không".

"Tâm" chẳng rời "Thân",
"Thân" chẳng rời "Tâm".

"Đạo" chẳng rời "Đời",
"Đời" chẳng rời "Đạo".

Siêu Thế không rời Nhập Thế,
Nhập Thế không rời Siêu Thế.

Cho nên:

Thân Tâm nhất như.

Tính Tướng y một.

Đạo Đời chẳng hai.

"Sắc Không" y vậy.

Cuối cùng, chúng ta chỉ còn biết kính cẩn chấp tay mà tán dương:

Vạn Pháp đều là siêu việt, đều vượt ngoài mọi văn tự và lời nói.

PHẦN II • *Bài 6*

Phụ Bản: Tâm Khai

Bài VI

Tổng Kết về Tính Giác Diệu Minh trong Kinh Lăng Nghiêm

Bài viết này chúng tôi xin tạm tổng kết phần **"Tính Giác Diệu Minh"** trong **Lăng Nghiêm Kinh**, hy vọng sự tóm thu được khá đầy đủ về Chân Thật Nghĩa của **Tính** này.

Tính Giác Diệu Minh chính là **Phật Tính**, cũng được vắn tắt gọi là **Tính Giác**, mà đã là **Phật Tính**, là **Tính Giác** thì làm sao lại có thể đem phân tích để có phần nào là **Diệu**, phần nào là **Minh**. Nhưng khi muốn giảng giải ý kinh, chúng ta cũng đành mượn phương tiện phân chia, phân tích như thế để làm sáng tỏ ý nghĩa thâm sâu, ẩn tàng trong Kinh.

Chỉ vì **Tính Giác** của chúng ta tự động có **Tính Diệu** và **Tính Minh**, nên bắt buộc chúng ta phải ngầm hiểu hai Tính ấy chỉ là **Một Tính**, và đã là "Tính Không" thì làm sao có thể chia? Và nếu cứ cố tình phân đôi là nhị biên tương đối.

Để hiểu trọn vẹn về **Tính Giác Diệu Minh,** lẽ đương nhiên, trước tiên chúng ta phải hiểu tường tận về nhiệm vụ khác nhau của **Tính Diệu** ra sao, của **Tính Minh** thế nào, rồi mới được nói **Diệu** và **Minh** chỉ là một **Tính**, tuy **Tính Diệu** và **Tính Minh** giống như hai **Tính** khác nhau, do sự vận hành rõ ràng khác nhau thật, nhưng sự thật thì **Tính Giác Diệu Minh** là **Tính Không** nên không thể phân đôi. Do vậy mới là "Tính" và cho dù là gì đi chăng nữa, **Tính Giác Diệu Minh** cũng vẫn chỉ là một **Thể**, một **Dụng** tức vừa là **Thể**, vừa là **Dụng**; **Thể Dụng** là "**Một**".

Tính Minh là **Thể**, **Tính Diệu** là **Dụng**

Và cuối cùng thì cái **MỘT** đó cũng chẳng có, vì là **Tính Giác**, là **Tính Không**, tức **Phật Tính** thì đương nhiên không có số lượng, không có thời gian, không có không gian nên trong Kinh gọi là **Siêu Việt** (beyond).

Để ôn lại những gì đã trình bày cũng như để đi vào chi tiết hơn về sự kỳ diệu của **Tính Giác Diệu Minh** trong **Kinh Lăng Nghiêm**, chúng tôi xin giải thích rõ thêm.

Tính Minh

Tính Minh là Tính Thấy, Tính Nghe, Tính Ngửi, Tính Nếm Vị, Tính Chạm Xúc, Tính Hiểu Biết. Tất cả các **Tính** này chỉ là một **Tính Giác**. **Tính Minh** còn được gọi là **Tính Sáng Suốt**, mà trong **Kinh Bát Nhã, Tính Sáng Suốt** chính là **"Trí Tuệ Bát Nhã"**. "Tính Minh" Thanh tịnh, tĩnh lặng, như như, vi diệu ẩn mật, âm thầm "Thấy Biết" viên mãn về vạn Pháp! Cũng vì **Tính Minh** "như như" không xao động nên mới gọi là Bản Thể, là Bản Giác, là Giác Thể; do vậy, trong Kinh Lăng Nghiêm còn gọi là "Cái **Không Xao Động**".

Tính Diệu

Tính Diệu là Tính duyên khởi nên vạn vạn sắc tướng đang hiện hữu ở ngay trước mắt chúng ta... là tất cả mọi người, là muôn loài, muôn vật trong vũ trụ. **Tính Diệu** rất nhiệm mầu vừa ẩn mật lại vừa hiện hữu; nó cứ bí ẩn vận hành không ngừng nghỉ để hóa hiện, hiện hóa ra vạn hữu một cách kỳ diệu, vi tế, tuyệt siêu. Đó chính là vạn Pháp ở cùng khắp Pháp Giới...

Thật ra, **Tính Diệu** ấy cũng chính là "Pháp Giới Tính trùng trùng duyên khởi", nên nó không đứng yên bao giờ là thế, vì vậy trong Kinh Lăng Nghiêm gọi nó là "Cái Xao Động", cũng chính là "Diệu Dụng" của **Tính Minh**. Do đó mà Kinh dạy rằng:

Cái "Xao Động" và cái "Không Xao Động"
mới chính thật là cái **Không Xao Động**

Cái "Không Xao Động" là **Tính Minh**
Cái "Xao Động" là **Tính Diệu**

Cái "Không Xao Động" là cái **Thể**
Cái "Xao Động" là cái **Dụng**

Thể không rời **Dụng**, **Dụng** không rời **Thể**
Thể là **Dụng**, **Dụng** là **Thể**

Nói một cách khác:

Minh không thể rời **Diệu**
Diệu không thể rời **Minh**

Nên   **Minh** là **Diệu**
      Diệu là **Minh**

Cũng chẳng khác gì:

Thân không thể rời **Tâm**
Tâm không thể rời **Thân**

Thân là **Tâm**
Tâm là **Thân**

Thân là cái **Xao Động**
Tâm là cái **Không Xao Động**

Tướng không thể rời **Tính**
Tính không thể rời **Tướng**

Tướng là **Tính**
Tính là **Tướng**

Tướng là cái **Xao Động**
Tính là cái **Không Xao Động**

Vũ Trụ Vạn Vật
không thể rời **Phật Tính**
Phật Tính không thể rời
Vũ Trụ Vạn Vật

Vũ Trụ Vạn Vật là cái **Xao Động**
Phật Tính là cái **Không Xao Động**

Nhiệm vụ đặc biệt của "Tính Giác Diệu Minh" rất siêu việt là vì **Tính Diệu** và **Tính Minh** cùng vận hành, cùng trọn vẹn nhiệm vụ đồng thời, đồng lúc như:

Tính Minh là **Tính Sáng Suốt** tức Trí Tuệ tự hiểu biết tuyệt đối, rốt ráo về những gì **Tính Diệu** đã duyên khởi, đang duyên khởi và sẽ duyên khởi để hóa hiện nên vạn Pháp, nhưng đồng thời **Tính Minh** lại cũng tự hiểu biết rất vi tế, rất tường tận về những gì mà **Tính Diệu** đã vận hành, đang vận hành và sẽ vận hành để hoại.

Chúng ta đã tạm hiểu về nhiệm vụ và sự vận hành đồng thời đồng lúc của **Tính Diệu, Tính Minh** là như vậy, vì tất cả đều chỉ do một **Tính Giác**!

Tính Giác đó cũng chính là **Tính Không**, là **Chân Không**, là **Bát Nhã Tính Không**, thì đương nhiên vượt ra ngoài thật/giả, vượt ra ngoài có/không, vượt ra ngoài số lượng, vượt ra ngoài nhị biên tương đối; cho nên gọi là sự Siêu Việt.

Khi nói đến sự **Siêu Việt**, nói đến **Tính Không**, chúng ta hay hiểu lầm mà chấp là **Tính Không, Tính Siêu Việt** thì hoàn toàn rỗng lặng, không có cái gì cả. Nếu hiểu lầm như thế thì vô tình chúng ta lại rơi ngay vào cái vô ký, tức là cái đoạn diệt sinh tử, và đi ngược lại với tất cả những Kinh Liễu Nghĩa... thí dụ như Kinh Bát Nhã và Lăng Nghiêm Kinh chúng ta đang cố gắng diễn giải:

Bát Nhã Tâm Kinh:

    Chân Không thì phải có **Diệu Hữu**

    Bát Nhã Ba La Mật Đa hay sinh **chư Phật**,
        hay hiển thị **tướng Thế Gian**...

Kinh Lăng Nghiêm:

Tính Diệu duyên khởi nên Vũ Trụ Vạn Vật

Và Hoa Nghiêm Kinh:

Nhất Thiết duy Tâm Tạo

Đó là thực tế, chúng ta đang thấy vạn Pháp, đang thấy là Vũ Trụ vạn vật đang hiện hữu quanh chúng ta... đúng như y chỉ trong các Kinh Đức Phật đã dạy:

Phật Pháp không rời Thế Gian Pháp

Khi chúng ta học về giáo Pháp của Đức Phật, thì ai cũng thấy rằng Đệ Nhất nghĩa quá ư là cao siêu trong các Kinh Điển của Ngài, nhưng qua "Phương Tiện Trực Chỉ" Ngài đã dạy, thì lại thấy Phật Pháp quá là thực tế, quá là thực dụng. Chúng ta chỉ cần y chỉ mà thực hành thì sẽ mở được "Con Mắt Tâm", để thấy rõ ràng, minh bạch là vạn Pháp đang hiện hữu ngay ở đời sống hiện tại, ngay ở thân tâm chúng ta. Tuy nhiên, tất cả những gì chúng ta thấy đó chỉ là sự vi diệu, nhiệm mầu hóa hiện của **Tự Tính**, cho nên:

"Tất cả chỉ dường như **Có** mà không phải thật **Có**, dường như **Không** mà không phải thật **Không**"!

Chúng ta không thể nào chấp là Thật **Có** hay là Thật **Không** để rồi lại bám víu mà dính mắc... thì mèo lại vẫn hoàn mèo! Và sự luân hồi sinh tử lại vẫn đang chờ đợi chúng ta.

Sau khi đã tạm hiểu về Thân Tâm và Thế Giới hiện hữu là gì, bây giờ chúng ta mới có thể cho vài thí dụ để áp dụng y chỉ của Lăng Nghiêm Kinh với câu Kinh tuyệt diệu:

> "**Cái Xao Động** và **cái Không Xao Động**
> mới đích thực là **Cái Không Xao Động**"

Cái Không Xao Động

"Cái Không Xao Động" đích thật là "Bát Nhã Tính Không", là "Tính Giác", là "Pháp Giới Tính", là "Tính Sáng Suốt", là "Trí Tuệ Bát Nhã", là "Phật Tính", là "Giác Thể", là "Bản Giác", là "Bản Thể" như như bất động mà âm thầm, tĩnh lặng hiểu biết viên mãn về Phật Pháp.

Cái Xao Động

"Cái Xao Động" là tất cả vạn vật hiện hữu trong đời sống hiện tại, tức là toàn thể vũ trụ vạn vật… bất cứ cái gì có hình tướng và Sáu Trần: Sắc, Thanh, Hương, Vị, Xúc, Pháp đều là "Cái Xao Động".

Thí dụ 1:

Về vạn vật là Loài Vô Tình tức là "**Cái Xao Động**"

Bông hoa kia, tự nó đang từ từ nở… tại sao tự nhiên lá của nó màu xanh, hoa của nó màu đỏ? Và trong đời sống hiện tại, chúng ta có đầy đủ hoa trái muôn màu, muôn sắc, muôn hương vị khác nhau? Có phải rằng, đầu tiên những hoa trái ấy chúng chỉ là những cái hột? Chúng ta đem những hột ấy trồng xuống đất, rồi từ từ hột nẩy mầm, lớn dần thành cây; sau đó cây hiện ra nhiều cành, nhiều lá xum xuê với đầy nụ, rồi đơm hoa, kết trái… những sự âm thầm vận hành đó chính là **Tính Diệu** (Theo Kinh Lăng Nghiêm: **Tính Diệu** đang ẩn mật, duyên khởi nên vũ trụ vạn vật… và cũng vẫn chính **Tính Diệu** lại âm thầm vận hành làm cho những bông hoa đó từ từ héo… từ từ tàn… và từ từ rụng xuống…) Đó là sự vi diệu, nhiệm mầu đúng theo Diệu Nghĩa y chỉ của Lăng Nghiêm Kinh và Bát Nhã Tâm Kinh:

"**Vạn Pháp không tương tục
mới thật là không diệt, không mất**"

Có nghĩa là Vạn Pháp luôn luôn tươi mát, sống động và lúc nào cũng mới tinh! Còn nếu Vạn Pháp mà cứ trường tồn, vĩnh cửu mãi thì những bông hoa đó chỉ là những bông hoa plastic hoặc chỉ là những bông hoa bằng đá! Chúng không có sự sinh động tươi mát!

Với chúng ta là những người vô minh, sống với Tâm Thức Nhị Biên tương đối, nên lúc nào cũng chấp thật: có sống/ có chết, có thường/ có vô thường. Do vậy mà luôn luôn ước nguyện mạng sống được trường thọ mãi mãi và toàn thể vũ trụ vạn vật cũng được trường tồn, vĩnh cửu… cho nên khi chúng ta thấy những bông hoa tàn úa, thấy muôn loài, muôn vật không tồn tại, thì chấp thật là có vô thường để hiểu lầm câu Kinh:

Thành Trụ Hoại Không

Thí dụ 2:

Về loài người là loài Hữu Tình tức là "**Cái Xao Động**":

Như cái Tinh trùng của người cha cho vào cái trứng của người mẹ để nuôi nấng nó, thì từ từ nó âm thầm sinh trưởng, khởi thành một bào thai, rồi thành một thai nhi có mắt, có mũi, có tay chân… Sự kiện đó là do **Tính Diệu** của "Tính Giác" duyên khởi nên.

Tại đây chúng tôi cũng xin nhắc lại rằng:

Tính Diệu luôn luôn không rời **Tính Minh** và cả hai cùng vận hành đồng thời, đồng lúc; cái vi diệu ẩn mật là **Minh**: đó là **sự thông minh, hiểu biết** của đứa trẻ; và cái nhiệm mầu hiện tượng là **Diệu**: đó là **Diệu Hữu** cũng chính là thân thể của đứa trẻ với đầy diệu dụng cho chính cuộc sống cá nhân của nó, cũng là sự diệu dụng sẽ đóng góp cho Quốc Gia, Xã Hội… xa hơn nữa, đứa trẻ còn dùng cái Diệu Hữu, cái Diệu Dụng ấy để tu hành đến Giác Ngộ và đem Chân Lý Giải Thoát để tự độ và tha độ.

Nhưng rồi tất cả vạn Pháp dù muốn, dù không, đều tự động cứ ẩn mật, âm thầm vận hành y Chân Lý bất biến của Phật Pháp, nếu chúng ta không hiểu thâm sâu mà cứ chấp thật theo Tâm Thức Nhị biên thì sẽ buồn thương, nuối tiếc!

Với "Tính Giác Diệu Minh" là **Phật Tính** của chúng ta và của muôn loài vũ trụ vạn vật thì:

Tính Diệu đang âm thầm vận hành khởi nên vũ trụ vạn vật, và đồng thời chính "Tính Diệu" cũng đang âm thầm hoại dần vũ trụ vạn vật; cứ như thế mà tiếp diễn… duyên khởi rồi lại duyên hoại, trùng trùng điệp điệp không hề ngừng nghỉ để lúc nào cũng tươi mát… và mới tinh...

Cũng với siêu việt nghĩa ấy trong Kinh Bát Nhã Ba La Mật Đa:

Vạn Pháp không tương tục mới thật là Không Diệt, Không Mất

Đó mới là chân thật nghĩa của:
Loài "Hữu Tình" như trong "Thí Dụ 2" ở trên, luôn luôn ở trạng thái:

Sinh, Trụ, Dị, Hoại

Và loài "Vô Tình" như trong "Thí Dụ 1" ở trên, cũng luôn luôn ở trạng thái:

Thành, Trụ, Hoại, Không

Với cái **Tính** vi diệu, ẩn mật sinh động và sắc bén luôn vận hành không hề ngưng nghỉ dù chỉ một Sát Na, hằng triệu tế bào trong chúng ta đang hoại, đồng thời hằng triệu tế bào cũng đang sinh sôi nẩy nở; như mái tóc của chúng ta đang đen rồi cũng đang từ từ biến thành màu bạc; mắt của chúng ta đang rất tinh anh, rồi cũng sẽ từ từ mờ dần; da của chúng ta đang mịn màng tươi đẹp, rồi cũng từ từ có đồi mồi và đầy dẫy nếp nhăn v.v…

Trạng thái của toàn thể vũ trụ vạn vật cứ tiếp diễn vận hành như vậy; đấy chính là Phật Pháp hiện hữu một cách tuyệt siêu qua sự âm thầm bí ẩn, thể hiện những đổi thay ngay tại thân thể chúng ta. Đấy là Tính Diệu, là Diệu Hữu, là Diệu Dụng, cũng chính là **cái Xao Động!** Còn cái cứ **như như bất động**, là Tính Không, là Bản Giác, là Tính Thấy, là Tính Nghe, là Tính Biết, là Tính Ngửi, là Tính Nếm, là Tính Chạm

Xúc, là Tính Sáng Suốt, là **Bản Thể** chính là **cái Không Xao Động**. Hai cái "Xao Động và Không Xao Động" không thể nào rời nhau, một là **Thể** và một là **Dụng** ở ngay thân tâm chúng ta, và ở ngay nơi chúng ta đang hiện sống thường ngày.

Do lẽ đó, chúng ta không thể nào không tinh tấn tu hành… để cố tiến lên một bước nữa, vào cho được y chỉ của những Kinh Liễu Nghĩa, có liên quan đến pháp môn Trực Chỉ mà Đức Phật đã nhắc nhở rất nhiều lần, nhất là bài "Bát Nhã Tâm Kinh" 260 chữ và "Lăng Nghiêm kinh", chúng ta sẽ thấy rõ tất cả sự vận hành kỳ diệu ấy đều là sự vi diệu nhiệm mầu của **Tính Giác**, của **Bát Nhã Ba La Mật Đa Tính.**

Nhân đây, chúng tôi cũng xin được nêu lên và nhắc lại một vài Kinh Liễu Nghĩa có liên hệ đến sự có mặt của "Pháp Giới Tính" tại Thế Gian.

Lăng Nghiêm Kinh

Đức Phật dạy:

"Pháp Giới Tính Trùng Trùng duyên khởi"

(Vạn Pháp trùng trùng duyên khởi bởi Pháp Giới Tính thiên biến vạn hóa, mà tiếp diễn vận hành không bao giờ ngưng nghỉ, cũng như không bao giờ cố định cả.)

"Tính Giác Diệu Minh"

*(**Tính Diệu** là Tính nhiệm mầu, duyên khởi nên vũ trụ vạn vật.*

Tính Minh *là Tính vi diệu, ẩn mật, âm thầm hiểu rốt ráo về vạn Pháp hiện hữu, đó là Tính Sáng Suốt, cũng là Trí Tuệ Bát Nhã)*

Bát Nhã Tâm Kinh

Đức Phật dạy: "Bát Nhã Ba La Mật Đa hay sinh chư Phật, hay hiển thị tướng Thế Gian"

Hay sinh chư Phật là: Trí Tuệ Bát Nhã, y hệt nghĩa **Tính Minh** của Tính Giác Diệu Minh trong Lăng Nghiêm Kinh.

Hay hiển thị tướng Thế Gian: y hệt nghĩa **Tính Diệu** của Tính Giác Diệu Minh trong Lăng Nghiêm Kinh.

Hoa Nghiêm Kinh

Đức Phật dạy: "Nhất Thiết Duy Tâm Tạo"

(Có nghĩa Vạn Pháp đều do Tâm Phật tạo dựng nên, y chỉ diệu nghĩa của Hoa Nghiêm Kinh cũng y hệt Diệu Nghĩa của Lăng Nghiêm Kinh và Bát Nhã Tâm Kinh.)

Kim Cang Kinh

Đức Phật dạy: "Tất cả các Pháp đều là Phật Pháp"

*(Có nghĩa là toàn thể vũ trụ vạn vật dù là Hữu Tình, dù là Vô Tình, dù là Hữu Hình, dù là Vô Hình. Tất cả đều là **Phật Pháp**. Diệu nghĩa của Kinh này cũng không khác gì diệu nghĩa của các Kinh vừa mới kể ở trên)*

Pháp Bảo Đàn Kinh

Lục Tổ dạy: "Đâu ngờ Tự Tính hay sinh vạn Pháp"

*Có nghĩa Tự Tính là **Phật Tính**, là **Bát Nhã Tính Không**, là **Nhất Thiết duy Tâm** tạo, là **Tính Giác Diệu Minh** đều cùng là **Tính** vi diệu, nhiệm mầu, **Tính** trùng*

trùng duyên khởi, hóa hiện, hiện hóa nên vạn Pháp hiện hữu tại nơi đây.

Nếu đã hiểu được Diệu nghĩa của những "Kinh Liễu Nghĩa" như thế, chúng ta sẽ thấy rằng: Mọi sự, mọi vật đều ẩn mật, đều vi diệu, đều nhiệm mầu, đều đang vận hành chưa bao giờ ngưng nghỉ, đều là do **Bát Nhã Tính Không**, cũng là **Tính-Giác**, chính là **Phật Tính** của chúng ta và của muôn loài, muôn vật.

Tất cả mọi sự biến hiện, hiện biến của vạn Pháp như thế… thật sự chính là:

Buddha Nature is working

Đó là sự vận hành không ngừng nghỉ của **Tính Giác**! Và cứ như thế, vũ trụ vạn vật được dựng lên… rồi lại tự hoại dần dần… để rồi lại mới tinh! Thật đúng y như câu Kinh Đức Phật dạy:

Sinh Tử là Chân Lý Bất Biến

Cho nên sự "Sinh, Trụ, Dị, Hoại" của muôn loài Hữu Tình trong đó có chúng ta, và sự "Thành, Trụ, Hoại, Không" của muôn loài Vô Tình, cũng là của toàn thể vũ trụ vạn vật đều là "Chân Lý Bất Biến"! Để vũ trụ vạn vật lúc nào cũng được tươi mát, được đổi mới và không bao giờ ở trong tình trạng cũ kỹ cả… có như thế mới là Không Diệt, Không Mất! Có như thế mới là Bất Sinh, Bất Diệt thật sự!

Thế thì, phải chăng "Cực Lạc Thế Giới" đang hiện hữu ngay đây? Vậy thì chúng ta còn phải đi đâu, còn phải về đâu nữa, để mà đi tìm sự thường lạc? Tại sao chúng ta lại cứ nhất định đòi về cho được một nơi vô tưởng, là nơi **không có cái Thân**, tức là ở nơi đó chúng ta chỉ có "Hữu Trí mà Vô Thân" là không hoàn hảo! Có nghĩa là chúng ta chỉ có cái **Tâm** mà thiếu cái **Thân**!

Hầu hết chúng ta đều chấp cái **Thân** hiện hữu này và vũ trụ quanh đây đều là ô uế, đều là vô thường!

Nếu chấp thật như thế, thì có phải là chúng ta đã đi ngược lại với yếu chỉ của tất cả những Kinh Liễu Nghĩa, điển hình là một vài Kinh mà chúng tôi vừa chứng minh ở phần trên:

Phật Pháp không rời Thế Gian Pháp.

Xuất Thế mà vẫn Nhập Thế.

Không an trụ mà vẫn an trụ

Cho nên, dù muốn, dù không muốn, thì "Pháp Giới Tính" vẫn cứ ẩn mật, vẫn cứ âm thầm mà vận hành, để hiện biến, biến hiện nên **vạn Pháp siêu việt**. Tất cả đều là **sự vi diệu** nên **vô tướng** cũng đều là **sự nhiệm mầu** nên **hiện tướng**.

Đúng y như câu "Bát Nhã Tâm Kinh" mà chúng ta thường tụng hàng ngày:

Sắc bất dị **Không**
Không bất dị **Sắc**

        Sắc tức thị **Không**
        Không tức thị **Sắc**

Sắc chẳng khác **Không**
Không chẳng khác **Sắc**

        Sắc chính là **Không**
        Không chính là **Sắc**

Bài VII
Tại Sao có Sinh Tử Luân Hồi

Từ vô thủy xa xưa chúng ta vốn là Phật; Phật tức là Giác, là "Tính Giác", cũng chính là **Phật Tính**. Nhưng rồi không có lý do gì cả, tự nhiên chúng ta nổi lên một cái Vọng Biết, tức cái Biết rất là mơ hồ, thơ ngây chưa rõ rệt gì hết; rồi từ cái Biết thơ ngây ấy, chúng ta lại nổi thêm một cái Vọng nữa để phân biệt là Biết cái gì? Chính cái Biết do sự Phân Biệt đó là cái Niệm Bất Giác, còn gọi là Nhất Niệm Vô Minh hay Tâm Thức Nhị Biên Tương đối.

Tại sao lại gọi là Niệm Bất Giác?

Xin thưa:

Nguyên thủy chúng ta là **Tính Giác**, nhưng tự chúng ta đã lật ngược Tính Giác nguyên thủy đó thành một cái khái niệm **Bất Giác** hoàn toàn vô minh, đầy si mê ngu muội. Cái Khái Niệm Bất Giác ấy được gọi bằng một danh từ rất thông thường và dễ hiểu hơn là **Tâm Thức Nhị Biên Phân Biệt**. Nó chính là thủ phạm đã chia Tính Giác làm hai để có Thân có Tâm, có Phàm có Thánh, có giầu có nghèo, có giỏi có dốt, và cái điêu đứng nhất là: có sống có chết v.v… cuối cùng Tâm Thức Phân Biệt này còn chia Tính Giác ra làm Sáu nữa, tức Sáu Căn hiện hữu của chúng ta là: Mắt thì Thấy, Tai thì Nghe, Mũi thì Ngửi, Lưỡi thì Nếm Vị, Thân thì Chạm Xúc, và Ý thì suy nghĩ lung tung…

Sự Thấy, Nghe, Hay Biết đó rất giới hạn vì Sáu Căn biệt lập; và cũng vì Sáu Căn bị biệt lập như thế nên mới có Sáu Nẻo Luân Hồi là: Trời, Người, A Tu La, Ngã Quỉ, Súc Sinh, Địa Ngục.

Tất cả mọi tội lỗi, mọi phiền não tự nhiên phức tạp như vậy cũng chỉ vì một Niệm Bất Giác ấy gây nên. Thật ra mà nói thì Niệm Bất Giác đó chỉ là một cái Vọng Tưởng, chỉ là một khái niệm vô căn cứ, không trang nghiêm; mà đã là Vọng thì đương nhiên không phải là Thật; cho nên trong Kinh Lăng Nghiêm, đại khái là ý của Đức Phật muốn nói: "Chúng ta phải tu hành làm sao cho cái Tâm Thức Phân Biệt, cũng là cái khái niệm Bất Giác Vô Minh đó, phải hồi Tâm chuyển hướng thiện, để cái Nhị Biên phân hai, chấp thật: Có/ không, thật/giả, sinh/tử ấy và Sáu Căn, cũng như Sáu Nẻo đều phải quy về một "**Tính Giác**"; tức là chúng ta phải **hoàn nguyên Tính Giác**, cũng là Phật Tính của chúng ta đã sẵn có từ vô thủy là xong việc tu hành."

Giản dị chỉ có thế. Khi Vô Minh, chúng ta là **Cái Bất Giác**; khi Giác Ngộ, tự động chúng ta là **Tính**

Giác; và **Tính Giác** này chính là "**Tính Giác Diệu Minh**".

Tính Giác Diệu Minh

Tính Giác: Tự Tịnh, tự Định, tự Diệu, tự Minh, tự chiếu tỏa

Tính Giác: Vừa Tịnh, vừa Định, vừa Diệu, vừa Minh, vừa chiếu tỏa

Tính Giác: Thường Tịnh, thường Định, thường Diệu, thường Minh, thường chiếu tỏa

Cũng vì Tính Giác có những đặc tính kỳ diệu như thế nên nó mới vi diệu nhiệm mầu; và cái vi diệu nhiệm mầu đó lại chính là: **Tính Thấy, Tính Nghe, Tính Ngửi, Tính Nếm, Tính Chạm Xúc, Tính Hiểu Biết** ở ngay từng người chúng ta.

Đấy là lý thuyết để chúng ta học và hiểu rõ về **Phật Tâm** của mình là như thế. Còn sự thật hiện tại thì hầu như mọi người vẫn chỉ là Cái Vọng Tâm Thức Nhị Biên phân biệt, nên chúng ta vẫn bị ở trong tình trạng Sinh Tử triền miên… Cho dù chúng ta có Tu giỏi đến đâu chăng nữa, với những Vô Minh của Tâm Thức cũng như mọi Nghiệp Báo trong Nhân Quả của chính chúng ta, chỉ từ từ chuyển được từ xấu thành tốt, từ vô minh thì sẽ đỡ vô minh hơn mà thôi.

Mặc dầu sự kiện thực tại đau khổ đến như vậy, nhưng chúng ta vẫn phải cố gắng mà tinh tiến Tu Hành để đạt được mục đích **cứu cánh** là giải thoát sinh tử… và nếu muốn được như thế, đương nhiên chúng ta phải hiểu thật rõ nguyên nhân của Vô Minh, của Sinh Tử và phải tìm cho được phương tiện nào thật đúng chính Pháp, tức y Chân Lý Trực Chỉ của Đức Phật để mà tu hành.

Tại đây chúng ta sẽ đi sâu vào nguyên nhân của Vô Minh, của Sinh Tử và cũng đi vào phương tiện Trực Chỉ của Đức Phật để tu hành.

Nguyên nhân của Vô Minh, của Sinh tử là:

Do cái Thức Tâm lúc nào cũng thức với ngủ, nhớ với quên… và luôn luôn chấp Có, chấp Không, chấp Thường, chấp Đoạn cũng như luôn luôn hợp nhất với Tập Khí bẩm sinh nên rất là ích kỷ, chỉ lo cho bản Ngã. Vì vậy mà lúc nào cũng sống trong sự hơn thua, tranh chấp, tự tôn, tự ti với đầy dẫy tham sân si, hỉ nộ ái ố, rồi chìm ngập trong sự yêu với ghét: nào là ta thắng người thua; nào là ta đẹp người xấu; nào là ta giỏi người dốt v.v…

Với cái Bản Ngã Vô Minh đó, chúng ta sống rất tự nhiên, luôn luôn trung thành, luôn luôn tuân theo mọi mệnh lệnh của vọng Tâm Thức. Cho nên lúc nào chúng ta cũng sống một cách rất vị kỷ: thích ăn trên ngồi trước, thích lựa chọn cái đẹp, cái tốt, cái giàu, cái sang, cái danh, cái vọng để làm sao cho Bản Ngã được "vinh thân phì da" càng nhiều càng tốt... Còn nếu không thể thỏa mãn được những tham vọng ấy thì sẽ hận thù, sân hận, than van, hậm hực để rồi lúc nào cũng sống trong sự ghét ghen đủ điều v.v… Và cho đến khi chết, cái Bản Ngã đó vẫn còn tham lam, lựa chọn cách nào để về cho được nơi gọi là Thường Lạc mà hưởng thụ sự an nhàn, hạnh phúc mãi mãi… Nhưng có biết đâu rằng nơi an lạc đó chỉ là nơi Vô Tướng, do cái Tâm Thức của chúng ta tưởng tượng, thêu dệt ra mà thôi! Tất cả sự tưởng tượng đó đều là sự giả dối của Tâm Vọng Tưởng; bởi nơi ấy chỉ có cái Tâm mà không có cái Thân. Như vậy là chúng ta đi ngược lại với **Tính Giác Diệu Minh** mà chúng tôi đã giải thích rõ ràng trong "bài số V" và "bài số VI" ở trên.

Yếu chỉ của Lăng Nghiêm Kinh, và cũng là Tông Chỉ của các Kinh Liễu Nghĩa do Đức Phật đã Trực Chỉ giảng dạy.

"Tính Giác Diệu Minh" trong **Lăng Nghiêm Kinh**

Tính Giác tự động sẵn có cả:

Diệu lẫn **Minh**
Tính lẫn **Tướng**
Thân lẫn **Tâm**

Tức là:

Diệu không thể rời **Minh**
Minh không thể rời **Diệu**

Tính không thể rời **Tướng**
Tướng không thể rời **Tính**

Thân không thể rời **Tâm**
Tâm không thể rời **Thân**

Như vậy:

Diệu là **Minh**, **Minh** là **Diệu**
Tính là **Tướng**, **Tướng** là **Tính**
Thân là **Tâm**, **Tâm** là **Thân**

Bát Nhã Tâm Kinh

Đức Phật cũng dạy y như thế.

Bát Nhã Ba La Mật Đa Tính là Tính Không, là Tính Bất Nhị, là Tính Vô Sinh. Cho nên:

Sắc bất dị **Không**
Không bất dị **Sắc**

Sắc tức thị **Không**
Không tức thị **Sắc**

Sắc chính là **Không**
Không chính là **Sắc**

Do vậy mà:

Hữu Hình chính là **Vô Hình**
Vô Hình chính là **Hữu Hình**

Thân chính là **Tâm**
Tâm chính là **Thân**

Vì thế:

Toàn thể vũ trụ vạn vật
không ngoài **Tính Giác Diệu Minh**

Vũ trụ vạn vật cũng
không ngoài **Bát Nhã Tính Không**

Có như vậy mới đúng là:

Vạn Pháp xuất thế mà vẫn nhập thế

Do lẽ đó, chúng ta không thể nào cố tình chấp chước theo Tâm Thức Nhị Biên mà chỉ quan trọng hóa là:

Chỉ giữ cái **Tâm** mà bỏ đi cái **Thân**

Chỉ chấp nhận cái **Tính**, mà bỏ đi cái **Tướng**

Chỉ tán dương cái **Không**, mà bỏ đi cái **Sắc**

Như thế chẳng khác nào: với **Tính Giác Diệu Minh**, chúng ta chỉ quan trọng cái Minh và chỉ muốn giữ cái **Minh** tức là giữ cái **Tâm**, mà bỏ đi cái **Diệu** tức là bỏ đi cái **Thân**; hoặc ngược lại, chúng ta chỉ chấp nhận cái **Diệu** là cái **Thân**, mà bỏ đi cái **Minh** tức là bỏ đi cái **Tâm**.

Nếu làm như thế thì quả đúng chúng ta là cái **Bất Giác** thật sự! Vì chúng ta chỉ hiểu một chiều hoặc là Có thật, hoặc là rỗng Không, tức là cái Không ngơ chẳng có cái gì cả! Chấp như thế thì không phù hợp với "Tính Giác Diệu Minh", cũng chính là **Phật Tính** của chúng ta, luôn luôn là có cả "Diệu" lẫn "Minh", tức có cả **Thân** lẫn **Tâm** thì mới đúng y chỉ Phật Pháp.

Cũng vì vậy mà **Phật Pháp** không bao giờ rời được **Thế Gian Pháp**!

Giống như "Bàn Tay" phải có cả xấp lẫn ngửa mới là "Bàn Tay".

Giống như "Đồng Tiền" phải có cả hai mặt mới là "Đồng Tiền".

Giống như **Tính Giác** phải có cả **Diệu** lẫn **Minh** mới là "Tính Giác".

Hiểu được như thế mới đích thị là hiểu được **Diệu Giác**, Đẳng Giác cũng là **Chính Đẳng Chính Giác**.

Xin đừng bao giờ quên rằng vạn Pháp hiện hữu trước mắt là do **Bát Nhã Ba La Mật Đa Tính**, là do **Tính Giác Diệu Minh,** cũng chính là **Phật Tính** hóa hiện, thì đương nhiên là Vô Sinh, tức là Bất Sinh Bất Diệt, là thường hằng bất biến.

Sự hóa hiện của **Phật Tính** là sự vi diệu, là sự nhiệm mầu như thế thì làm sao chúng ta có thể chấp là Thật hay là Giả cho được; hoặc chấp là "Thật Có" hay là "Thật Không"? Và làm sao chúng ta có thể Xác Định hay Phủ Định bằng cái Tâm Thức Nhị Biên Tương Đối của chúng ta? Vì vậy, trong Kinh Bát Nhã Đức Phật mới dạy rằng: " Tất cả mọi sự vi diệu, nhiệm mầu hiện hóa, hóa hiện ra vạn Pháp đó đều là **Siêu Việt**" cho nên mới:

> Siêu việt Sắc/ Không
> Siêu việt Tính/ Tướng
> Siêu việt Thân/ Tâm
> Siêu việt Minh/ Diệu
> Siêu việt Thấy, Nghe, Hay Biết
> Siêu việt vũ trụ vạn vật
> Siêu việt mọi phương tiện tu hành
> Siêu việt chứng đắc

Siêu việt danh tự lời nói
Siêu việt thời gian, không gian

Bởi mọi sự đều Siêu Việt như vậy, cho nên mới bặt mọi phân tích, lý luận và tranh cãi của Vọng Tâm Thức Nhị Biên là thế.

Khi đã gọi là Siêu Việt, là sự biến hiện nhiệm mầu đã hiện thực như vậy thì dĩ nhiên phải có mọi tướng huyễn hóa hiện hữu... sự huyễn hóa đó, chính là vạn vạn Pháp Siêu Việt do **Bát Nhã Tính Không**, cũng là **Tính Giác Diệu Minh** luôn luôn diễn tiến âm thầm vận hành để vạn Pháp cứ biến rồi lại hiện, hiện rồi lại biến không ngừng nghỉ bao giờ. Vì thế, trong **Kinh Bát Nhã** Đức Phật dạy rằng:

"Vạn Pháp Không Tương Tục
mới là không diệt, không mất"

Cũng vì Không Diệt, Không Mất nên mới gọi là Siêu Việt! Nhưng thật là kỳ diệu: sự Siêu Việt này lại ngay tại **Thân Tâm hiện hữu của chúng ta**, cũng ngay tại vũ trụ vạn vật... thì đấy mới đích thị là sự Siêu Việt của "Chân Thiện Mỹ".

Vì vậy mà Lục Tổ Huệ Năng khi trực nhận ra sự vi diệu của vạn Pháp chẳng lìa **Tự Tính**, đã làm Ngài sửng sốt mà thốt lên rằng:

Đâu ngờ Tự Tính vốn tự thanh tịnh
Đâu ngờ Tự Tính vốn chẳng sinh diệt
Đâu ngờ Tự Tính vốn tự đầy đủ
Đâu ngờ Tự Tính vốn chẳng lay động
Đâu ngờ Tự Tính hay sinh vạn Pháp!

PHẦN II • Bài 8

Tranh Phụ Bản: Họa Sĩ Thúy Vinh

Bài VIII

Phật Đản Sinh

Nói đến Phật là phải nói đến Giác Ngộ; vậy Giác Ngộ là gì? Giác Ngộ là khi chúng ta đang còn vô minh, sống trong ảo giác: Chấp thật, chấp giả; Chấp có, chấp không; Chấp sống, chấp chết v.v... thì đùng một cái, bởi sự tu hành chân chính, công phu quá miên mật đến giai đoạn này sẽ có Nghi Tình, Nghi nhiều thì Ngộ nhiều, Nghi ít thì Ngộ ít, vì sự Nghi đó đã làm chúng ta chợt nhận ra chính mình có Tính Hiểu Biết rốt ráo ở ngay thân Tâm mình để hiểu biết rốt ráo toàn thể vũ trụ vạn vật! Sự trực nhận ra ấy gọi là Giác Ngộ và đấy mới là "Baby Buddha".

Nói một cách khác:

Chân Thật Nghĩa Phật Đản Sinh là Sự Giác Ngộ, là sự trực nhận ra mình là ai, và vũ trụ vạn vật là gì của bất cứ Hành Giả nào... Đi sâu hơn nữa là Hành Giả sẽ biết rõ sự tự Giác ấy chính là Bát Nhã

Tính, được tự động thể hiện bởi **Chân Như Niệm** trong từng lời nói, trong từng cử chỉ, trong từng hành động… Giác Ngộ hay còn gọi là Kiến Tính được xảy ra trong ba giai đoạn, từ nông tới sâu, mà các Tổ tạm dùng danh từ là: Sơ Quan, Trùng Quan và Mạc Hậu Lao Quan.

Rất nhiều người hiểu lầm về "Kiến Tính"; là sau khi đã biết mình là ai thì coi như sự tu hành đã xong rồi, cho nên bỏ ngang hay chỉ tu sơ sơ thì thật là quá nông nổi. Zen Master Philip Kapleau cũng rất buồn về tình trạng này của một số học trò Ngài. Với những vị chấp mình đã Ngộ ấy, có biết đâu là vẫn dậm chân một chỗ, không thể tiến hơn để Giác Ngộ sâu hơn, mà ngược lại sự Giác Ngộ tự động khép lại, bởi sự buông lung của Hành Giả vẫn chứng nào tật ấy như: Vẫn ham danh, vẫn ham tiền, vẫn ham ái, vẫn sân hận và nhất là vẫn ghét ghen, vẫn tự tôn v.v…

Các vị Hành Giả này mới ngộ ở giai đoạn "Sơ Quan", tuy đã ra khỏi sinh tử luân hồi, nhưng tập khí và sự vô minh còn nguyên, nên không thể thông suốt để hiểu câu: "Kiến Tính mới khởi Tu là gì?" Thật ra câu này có một ý nghĩa rất sâu xa là sau khi Hành Giả đã Kiến Tính, đã biết mình là ai, thì mới bắt đầu biết tu hành một cách nỗ lực, trang nghiêm và miên mật, nghĩa là giữ:

Công Phu miên mật 24/24 để lúc nào cũng có Chính Nghi, vì còn có Nghi là còn có sự Ngộ mãi…

Đi vào Kinh Điển để học Phật Pháp thâm sâu hơn.

Tham khảo các sách về Đạo và cả về Đời v.v...

Vì nếu không có sự học hỏi thì không thể tự nhiên bật ra tất cả cái không học mà lại nói được, giảng được. Do vậy mà Hành Giả phải học, phải thệ là thế:

Pháp môn vô lượng thệ nguyện học

Thế mà có rất nhiều người sau khi Kiến Tính, không cần học hành gì nữa, chỉ tự tu bằng cách giữ Công Phu thôi! nên không nghe bất cứ ai giảng, không nghe băng giảng, không vào độc tham, không học hỏi bất cứ cái gì về Đời, về Đạo, không nghe tin tức, báo chí, không coi TV, sách vở, không nghe điện thoại, không liên hệ bạn bè và gia đình, không nhìn trước, ngó sau, không nhìn xung quanh để rồi không thấy cũng không cần biết cái gì hết. Những vị này chấp là đang xả buông và không dính mắc gì cả... nhưng có biết đâu, đó là lối tu cực đoan, đi ngược lại với Tính Thấy, Tính Nghe, Tính Hiểu Biết và sẽ không bao giờ hiểu nổi những câu Kinh Bát Nhã siêu việt, chỉ thắng Thân/Tâm, chỉ thắng Phúc/Trí, chỉ thắng Lý/Sự, chỉ thắng Xuất Thế mà vẫn Nhập Thế, chỉ thắng Ba La Mật như:

Làm mà chẳng có ai làm
Tu mà chẳng có ai tu
Đức Phật giảng 49 năm mà không nói một câu

Xin thưa, nếu là trước khi chưa Kiến Tính mà tu như các vị vừa kể thì quá tuyệt vời, nhưng nếu là sau khi đã Kiến Tính thì ngược lại, phải tu miên mật hơn, nỗ lực hơn về mọi mặt để tiến triển, để ngộ thâm sâu hơn và còn cả muôn mặt rất cần thiết, rất thực tế ở quanh chúng ta cần phải học hỏi vì:

Phật Pháp không rời Thế Gian Pháp

Do vậy:

Để cho sự Kiến Tính Sơ Quan không bị khép lại bởi sự chểnh mảng (không chịu tu tiếp hoặc tu nhưng chỉ tu một cách giải đãi), Hành Giả vẫn phải giữ công phu thật miên mật, vẫn phải tọa thiền không ngừng, và với tất cả mọi công quả dù nặng, dù nhẹ, dù thô, dù tế, dù sạch, dù nhơ… Hành Giả đều phải chu toàn thật Chân, Thiện, Mỹ. Hành Giả cũng không thể quên việc buông bỏ tận cùng mọi Tập Khí từ thô tới tế v.v… để đối xử với muôn loài, muôn vật trong Đức Hạnh tuyệt đối: "Từ, Bi, Hỉ, Xả". Làm được như vậy mới là việc tu hành của Hành Giả sau khi đã Kiến Tính, để chuẩn bị đi sâu vào Trùng Quan và Mạc Hậu Lao Quan, hay còn gọi là Giác Ngộ thâm sâu hơn hay Giác Ngộ Viên Mãn là tùy theo mức độ của Hành Giả.

Việc giữ công phu miên mật với sự can đảm, sự siêng năng, sự kiên trì, sự tu học, sự chấp tác, sự phục vụ không ngừng nghỉ… đó chính là sự đập ngã tuyệt đối! để đi đến Giác Ngộ viên mãn, và nên nhớ khi chúng ta tái sinh trở lại, thì cũng vẫn phải tiếp tục học nữa, nhưng sự học rất dễ, chỉ cần ôn lại là đã hiểu biết hết tất cả.

Trong sách của các Tổ: Ngài Dozen, Ngài Bạt

Tụy và rất nhiều vị đã Ngộ Đạo rồi nhưng các Ngài vẫn phải đi cầu Đạo ở những nơi thật xa xôi, ở các nước khác với những bậc Thầy uyên thâm về Phật Pháp, để học hỏi thêm, để được ấn chứng thêm cho sự rốt ráo, ngộ Đạo của mình.

Vai trò Hoằng Hóa của các vị Hành Giả đã Ngộ Đạo

Đường lối tu theo Bát Nhã là đường lối Đốn Ngộ, rồi mới Tiệm Tu, cho nên sau khi Kiến Tính là còn cần một thời gian rất dài để học hỏi thật trang nghiêm, thật mẫu mực về Phật Pháp, về Giới Luật, về Công Phu, nhất là sự buông bỏ tập khí tận cùng, cũng như sự học hỏi về muôn điều, muôn sự… cho nên chúng ta phải cần một khoảng thời gian dài, nhanh nhất là 10 năm và chậm nhất là từ 20 năm đến 30 năm, tùy theo mức độ khao khát của từng Hành Giả đi nhanh hay đi chậm.

Đối với những người chưa Kiến Tính thì các vị đã ngộ Đạo này phải hướng dẫn cho các đệ tử của mình tu hành sao cho được Giác Ngộ.

Về Lý thuyết: Dạy họ cách ngồi Thiền, cách Công Phu tận nguồn gốc, cách chấp tác, cách cư xử với muôn loài muôn vật, cách tu học đúng mức. Tất cả đều y chỉ Chân, Thiện, Mỹ, kể cả việc giảng về Đạo, giảng về Đời và giảng về muôn mặt cần thiết khác v.v…

Về Thực hành: Dạy họ thực hành đúng y chỉ lý thuyết như đã kể ở trên là không méo mó Chân Lý của Phật, của Tổ.

Đối với những người mới Kiến Tính, thì các vị ngộ đạo nầy có bổn phận tháo đinh, nhổ chốt cho những vị hiểu lầm về Kiến Tính. Dạy họ phải nỗ lực, kiên trì tiến tu không bao giờ giải đãi, sửa đổi họ bằng cách khuyên răn nghiêm ngặt hơn trong mọi lãnh vực về lý thuyết cũng như thực hành: Phải chấp tác, phải phục vụ, nhất là bỏ tập khí, phải vào độc tham, phải nghe giảng Kinh, vì vô cùng quan trọng cho sự Giác Ngộ sâu hơn.

Tại sao những vị Hành Giả mới Kiến Tính không tự mình học hỏi được về các Kinh Sách?

Xin thưa: Chỉ vì họ là những vị mới sơ ngộ nên chưa đủ trình độ để hiểu nổi Kinh Sách.

Khai Thị (20)

Chuyển Thức Thành Trí
(Chuyển Vô Minh Thành Trí Tuệ)

Nam Mô Bổn Sư Thích Ca Mâu Ni Phật

Kính thưa quí vị, Đức Phật dậy:

"**Trên Trời, dưới Đất** chỉ có một **Chân Như Phật Tính.**"

I.

Do vậy mà Vũ Trụ, muôn loài, muôn vật chúng ta ai cũng có **Phật Tính**! nhưng khi chúng ta còn vô minh, mê mờ, thì đấy chỉ là cái **Thức** với sự thông minh nhiều, hay ít, theo Nhân Quả của từng cá nhân! Trừ những vị đã Giác Ngộ, thì cái **TâmThức vô minh** mới chuyển thành **Trí Tuệ** được.

Đức Phật đã dậy câu Kinh ngay ở đầu bài, là ai cũng có **Phật Tính**! thì tại sao lại có người Ngộ và người không Ngộ?

Thưa, nói nôm na là ai cũng đã là **Phật** từ Vô Thỉ! Nhưng không biết tại sao? vì đâu? nguyên nhân gì? mà một **Niệm Vô Minh** do chính chúng ta tự khởi nên! trong Kinh gọi là "**Nhất Niệm Vô Minh**" Cái **Nhất Niệm Vô Minh** này, chính là:

"Cái **Tâm Thức vọng** tưởng **Nhị Biên Tương** Đối"

Đã tự lật ngược: **Tâm Trí Tuệ** thành **Tâm Chúng Sinh**

Cái Tuyệt Đối thành **Cái Tương Đối**

Do lẽ đó mà, "**Tâm Trí Tuệ** bị thành **Tâm Thức Nhị Biên!**

Tất cả cũng vì sự chuyển **Trí** thành **Thức**" như thế! cho nên lúc nào chúng ta cũng Chấp:

Thật/Giả; Có/Không; Đẹp/Xấu; Giàu/Nghèo; Sang/Hèn; Giỏi/Dốt; Sinh/Tử …

II.

Khi chúng ta đã biết rõ cội gốc của **Nhất Niệm Vô Minh** chuyển **Trí thành Thức** như vậy! Thì bây giờ chúng ta có bổn phận tu hành với một **Chân Lý Siêu Việt** nào đó của Đức Phật để mà:

"**Chuyển Thức trở về nguyên thủy của nó là Trí**"

Thưa,

Theo Lục Tổ Huệ Năng với **Pháp Môn Trực Chỉ**, còn gọi là Pháp Môn **"Tổ Sư Thiền,"** tức là Pháp Môn **"Niêm Hoa Vi Tiếu!** và cũng chính là Đường Lối tu theo **Bát NhãTâm Kinh**" của Đức Phật để:

Chuyển **Thức** trở lại **Trí!**

Chuyển **Nhất Niệm Vô Minh** thành **Niệm Chân Như!**

Lục Tổ dậy trực chỉ ngay về "Bản Thể:"

Lấy **Vô Tướng** làm **Bản Thể**

Lấy **Vô Niệm** làm Tông, tức là lấy **Chân Như Niệm** làm cái **Dụng**

Về **Bát Nhã Tâm Kinh** thì phải hiểu:

Ngay nơi Tướng, mà lìa Tướng!

Chính là:

Sắc tức thị Không

Cho nên:
>Không tức thị Sắc
>
>Sắc/Không là Một

Và:
>Sắc/Không là "Oneness"

Lục Tổ cũng **Dậy Phương Cách** vào **Trực Chỉ** ngay tại **Gốc**

Lấy **Vô Trụ làm Gốc!** chính là "**Bản Lai Vô Nhất Vật!**"

Chẳng khác gì, là "**Gương Thiền Vốn Không Một Mảy Bụi**"

Vì vậy mà, Nó chẳng dính dáng gì đến:
>**Tập Khí, Sinh Tử, Trần Lao.**

III.

Công Phu

Cái **Tâm Thức Vô Minh** của chúng ta, là do **Tập Khí** hàng hàng, lớp lớp của bao đời, bao kiếp... Tập Khí này, nó cứng dắn như đồng, như đá! như sắt, như thép! Nó bao trùm kín mít **Phật Tính** của chúng ta!

Bởi thế mà, ngoài Công Phu miên mật, với những **câu Thoại Đầu!** hoặc **câu Công Án!** Thì mới đủ sức phá nổi một phần nào của những lớp Tập Khí sâu dầy bao trùm kín mít **Phật Tính** ấy! Cho nên, chúng ta phải dùng phương pháp:
>"Tháo đinh nhổ chốt"

Chính là **Chân Lý** trực chỉ **Niêm Hoa Vi Tiếu** của Đức **Phật!** là dùng **câu Thoại Đầu**, hay **câu Công Án** mà Tham

Thiền! Tham tức là hỏi, và khi hỏi đúng cách thì sẽ có sự trả lời! Nếu chúng ta **Tham Thiền**, tức là hỏi được **câu Thoại Đầu**, hoặc hỏi được: câu Công Án thật miên mật, không đứt quãng tại **Thức số 7**, với mục đích:

"Trao đổi câu Công Án, **hay câu Thoại Đầu, để thay thế cho Vọng Tưởng** đang **Nghĩ Ngợi liên miên!** Vọng Tưởng suy nghĩ này, Nó cứ nhảy nhót giống như con Khỉ , "Monkey Mind!" không bao giờ chịu chấm dứt tại Thức số 7 của chúng ta!"

Thưa, sau đây là: "phương pháp Siêu Việt, Chân Lý của Đức Phật" dùng để chuyển:

Thức thành Trí,

Vô Minh thành Trí Tuệ

đó chính là Chân Lý Trực Chỉ

Niêm Hoa Vi Tiếu của Đức Phật

(mà chính Đức Phật, khi ngồi dưới cây Bồ Đề để suy tư, và Ngài cũng đã từng thắc mắc! tự hỏi một lúc tới 4 câu:

Tại sao lại có Sinh? Tại Sao có Lão?

Tại Sao có Bịnh? Tại Sao có Tử?)

Để y chỉ theo bước chân **Đức Phật:**

Chúng ta mới đặt ra những câu **Thoại Đầu!** hay những câu **Công Án!** để **Tham Thiền**, tức là để tự hỏi! đó chính là "**Công Phu**" của chúng ta, và chúng ta nên thực hành **Phương Pháp Tham Thiền** này suốt đời, để sự Giác Ngộ càng sâu sắc hơn.

Sau đây là thí dụ của những câu **Thoại Đầu**, và của những câu **Công Án!** để chúng ta dùng làm **Công Phu**.

Khi chúng ta dùng **câu Thoại Đầu để Tham Thiền**, tức là để tự hỏi, thì dùng câu:

"Khi chưa có Trời Đất ta là cái gì?"

Hoặc câu:

"Niệm Phật là Ai?"

Khi chúng ta dùng câu **Công Án** để **Tham Thiền**, tức là để tự hỏi, thì dùng câu:

Mu là gì? (What is Mu?)

Tôi là Ai? (Who am I?)

Nếu, chúng ta cố gắng, kiên trì giữ Công Phu là **Tham Thiền**, tức là dùng **câu Thoại Đầu**, hay **Câu Công Án** để tự hỏi sao cho thật miên mật, không gián đoạn! tức là hỏi ngày, hỏi đêm, không ngưng nghỉ! thì tự động câu hỏi bằng cái **Thức Tâm Nhị Biên** ấy, tự động sẽ biến thành câu hỏi của **Chân Như Niệm**!

Chân Như Niệm này, mới phá vỡ nổi từ "Sơ Quan"... đến "Trùng Quan"... rồi đến "Mạc Hậu Lao Quan!"

Ấy thế mà, mới phá được một phần nhỏ của **Tâm Thức Vọng Tưởng Vô Minh**!

Nhưng cũng đã khiến chúng ta hiểu rõ mình là ai! Vũ Trụ vạn vật là gì! và đương nhiên, những vị **Hành Giả** này, đã vượt ra ngoài Sinh/Tử!

Nếu chúng ta cứ tiếp tục giữ được Công Phu miên mật như thế suốt đời! thì đương nhiên là sẽ được "Nhân Nào, Quả Ấy!" khiến những vị **Hành Giả** này, sẽ đi đến được sự Giác Ngộ Viên Mãn! Và những Tập Khí cũng được tiêu mòn rất nhiều! Cũng như chẳng còn cái **Tâm** dính dáng gì đến **Sáu Nẻo Luân Hồi** nữa!

Chú ý:

Nếu những Hành Giả nào mới Giác Ngộ, đã biết mình là

ai rồi! Tưởng là đã đủ! Nên cứ dậm chân một chỗ! và bỏ hẳn **Công Phu**! Lại còn tự cao, tự đại! và Tập Khí: Tham, Sân, Si, Hỷ, Nộ, Ái, Ố! cứ giữ y nguyên! Thì sự Giác Ngộ đó, chỉ còn là một giấc mơ quá ngắn ngủi! chẳng còn gì.

Trường hợp

Nếu chúng ta là những người Niệm Phật, hay Trì Chú mà được tới 10 Niệm! với "**Nhất Tâm Bất Loạn!**" thì sẽ được **Vãng Sinh** là quá quí! Đó là sự Tu Hành đến độ **Thức Tâm thành tựu** trong 10 Niệm!

Nhưng mới chỉ có 10 Niệm! thì không thể đủ **Năng Lực**, để mà phá vỡ **Nhất Niệm**

Vô Minh của chúng ta! cũng như phá vỡ **Thức số 8**! là cái Hầm Sâu Đen Tối! Nó lớn vô ngần, vô mé! chứa đựng hàng hà sa số những Nghiệp Thiện, Nghiệp Ác của từng cá nhân chúng ta.

Đừng quên

Cái **Nhất Niệm Vô Minh** này, là cái kết tụ Tập Khí sâu dầy của bao đời, bao kiếp không thể đếm được! Đó là những thói hư, tật xấu: Tham, Sân, Si, Hỷ, Nộ, Ái Ố, ăn cắp, ăn trộm, ăn gian, nói dối, ghen ghét, ích kỷ, ngạo mạn, thủ đoạn, lưu manh.

Khai Thị (24)

Trong **Kinh Lăng Nghiêm** Đức **Phật** khai thị:

Chính cái **Tính Sáng Suốt** của **Bản Lai**, của **Tính Giác** đã tạo dựng nên thành cái "**Căn Đại**," bản nhiên thanh tịnh cùng khắp Pháp Giới! Chỉ theo "Nghiệp Thức" của chúng sinh mà đáp ứng với sự **Thấy/Biết** tương ứng và rất phù hợp với các Căn Đại của từng loài chúng sinh.

Thưa, các **Căn Đại** quả là siêu việt! Vì do **Tính Sáng Suốt** của

Bản Giác tạo dựng nên! Cho nên ngài Hakuin mới dậy rằng;

"Chúng Sinh là **Phật** từ thuở ban đầu

Như băng với nước, vốn chẳng vì đâu

Nếu không có nước làm sao có đá

Ngoài **chúng sinh** ra không **Phật** để cầu!"

Đức Phật và các Tổ đã khai thị quá là rõ ràng như thế, mà sao chúng ta cứ vô minh mãi, cứ đi nghe những ai xúi bậy! để rồi đem **6 Căn** chôn vùi mãi bằng cái **Nhất Niệm Vô Minh** đầy Tập Khí tranh chấp… đã khiến chúng ta mất **6 Căn**!

Khai Thị (6)

(Kính Dâng Lên Người Anh Trưởng cũng là Người Bố Thứ Hai của TVSN)

Kính thưa anh, chúng em xin được nhắc lại lời Đức Phật dạy:

Khi chưa Giác Ngộ, thì ai cũng chấp, toàn thể vũ trụ vạn vật đều là Vô **Thường**! Cho nên đương nhiên thân thể của **Anh** và của toàn thể Vũ Trụ muôn loài, muôn vật cũng đều là Vô **Thường**!

Nhưng trong cái **Vô Thường** này, tự động đã có cái **Thường Hằng Bất Biến** đang hiện hữu tại **Thân/Tâm** chúng ta, cũng như tại Vũ Trụ muôn loài, muôn vật này. Thì hóa ra **Chân Thật Nghĩa** của:

Vô Thường là Thường Hằng Bất Biên

Thường Hằng Bất Biến là Vô Thường

Và anh có biết rằng:

Cái **Thường Hằng Bất Biến** là **Tâm Phật**, là **Phật Tính**, là Bát Nhã Tính chính là:

Tâm Phật của anh

Nếu anh hiểu được những lời Khai Thị của Đức Phật, thì anh sẽ vỡ lẽ ngay, mà hiểu khi đã là **Tâm Phật, Phật Tính Thường Hằng Bất Biến** như thế thì làm sao mà chết cho được! Còn cái cái **Thân** của anh, thì tự động do **Pháp Giới**

Tính cũng chính là **Phật Tính** của anh đang âm thầm ẩn mật vận hành chuyển hóa cái **Thân** ấy sang một **Sắc Thân** khác, sống động hơn, tươi đẹp hơn, hoàn mỹ hơn! và đương nhiên cái **Thân** này không hề bao giờ rời **Phật Tâm** của anh.

Như vậy có phải là:

Thân/Tâm không hề rời nhau

Và:

Thân/Tâm chính là MỘT

Đức Phật dạy:

Phật Pháp không rời Thế Gian Pháp

Cho nên **Thân/Tâm** của anh và của toàn thể chúng sinh, kể cả Mặt Trăng, mặt Trời, hoa lá, cỏ cây đều có **Phật Tính**, đều hiện hữu tại Thế Gian này, do lẽ đó mà anh đừng bao giờ quên rằng:

Phật Pháp là **Tính Không**, là **Bát Nhã Tính**, chính là "**Phật Tâm của** anh" và của Vũ Trụ muôn loài, muôn vật.

Còn cái **Thân** của anh

Thì sau những lời Khai Thị của Đức Phật! chúng em đã dâng lên anh, hy vọng là anh đã hiểu, vì anh rất là thông minh! Cho nên đương nhiên là **Thân** anh đang được **Pháp Giới Tính** âm thầm ẩn mật vận hành sang một **Thân** mới tinh sống động hơn, vui tươi hơn, khỏe mạnh hơn, tài ba hơn, nhất là niềm tin về **Phật Pháp** không gì lay chuyển, để rồi y theo **Chân Lý Đức Phật** mà tu hành trang nghiêm, đạt được sự Giác Ngộ là Tự độ mình và Tha độ chúng sinh.

Như vậy là anh đã hiểu:
Vô Thường và **Thường Hằng** không hề rời nhau bao giờ!

Do lẽ đó:
Vô Thường và **Thường Hằng** là MỘT.

Cũng chẳng khác gì đồng tiền phải có 2 mặt mới là đồng tiền.

Và trong Bát Nhã Tâm Kinh Đức Phật cũng dạy y như thế:
Sắc chính là **Không**
Không chính là **Sắc**
Sắc là cái **Thân** của chúng ta
Không là **Tâm** của chúng ta

Mà: **Sắc** không hề rời **Không** và **Không** không hề rời **Sắc**
Nên tự động **Sắc / Không** là MỘT.

Do lẽ đó:
Thân không hề rời **Tâm**
Tâm không hề rời **Thân**

Thì:
Thân/Tâm là MỘT

Cho nên khi nằm xuống như thế này:

Nếu chúng ta chỉ quan trọng có cái **Tâm** thôi, nên cố tình làm sao đem cái **Tâm** về cho được nơi Thường Hằng, tức là nơi Vô Tướng Vĩnh Cửu, thì chúng ta sẽ ở trong tình trạng:

Hữu Trí mà vô Thân
(tức chỉ có Tâm mà không có Thân)

Như vậy là đi ngược lại với Chân Lý Bát Nhã:

Sắc/Không là MỘT
Thân/Tâm thì dĩ nhiên là MỘT
Vô Thường/Thường Hằng là MỘT

Vì thế, mà đương nhiên anh phải có ngay một cái **Thân** với **6 Căn** khác, tức là anh phải có cả:

Hữu Trí lẫn Hữu Thân

(tức là phải có cả **Thân** lẫn **Tâm**)

Mới đúng y chỉ của Chân Lý Bát Nhã.

Và khi đã là **Thân Tâm Bát Nhã** thì có bao giờ chết đâu mà chúng ta lại chấp là có chết, có sống?

Khai Thị (21)

Khai Thị Theo Nhân Quả Chết Đi Về Đâu

Đức Phật dậy:

"Không trên Trời, dưới Biển
Không lánh vào Động Núi,
Không chỗ nào trên Đời
Tránh được Nghiệp Ác Quả!"

Người ta thường nói:
"Mình đang làm, thì Trời đang nhìn!"

Thật ra thì **Phật Tính (Real Emptiness)** là cái **Tính Siêu Việt, vừa vi diệu, vừa nhiệm mầu!** tức là cái **Real Nature!** hay còn gọi là: Cái **"Budha Nature"**; cũng chính là: "**Pháp Giới Tính âm thầm, ẩn mật, vận hành chưa bao giờ ngưng nghỉ, dù chỉ một sát na trong chúng ta!**" Tính này, Nó đã trực tiếp âm thầm giám sát, ghi chép từng tic-tắc, từng sát na, trong mọi cử chỉ, mọi hành động, cho đến mọi ý nghĩ, từ thô tới tế của chúng ta! để đưa chúng ta vào **Nhân Quả, Nghiệp Báo** ...

Cứ như thế đời đời, kiếp kiếp không bao giờ ngưng nghỉ. Để mà sẵn sàng đi vào **"Bánh Xe Luân Hồi, Sinh Tử"** quay cuồng mãi chẳng hề ngừng! Cho dù chỉ một tic-tắc!

Trừ phi những vị Hành Giả tu hành trang nghiêm, đúng Chính Pháp mới hiểu nổi! và rất lo lắng, sợ hãi, thương cho chúng sinh, cứ vô minh, bướng bỉnh, tự cao, tự đại mãi! chẳng màng **Nhân Quả**, chẳng sợ Luân Hồi, cho nên cứ tha hồ tạo Nghiệp! dính mắc, độc ác, ngã mạn, hơn, thua, ghét ghen, tranh chấp, trấn áp đè người v.v.. mà không biết rằng: "Mình đang làm, Trời đang nhìn!" đấy là nói nhẹ nhàng, chứ thực ra không phải là ông Trời nào, mà là do **"Pháp Giới Tính" siêu việt tĩnh lặng, thanh tịnh,** bình đẳng, Trí Tuệ, Từ Bi, thương yêu, tha thứ, vi diệu, nhiệm mầu của chính mình.

Tính này cứ âm thầm, ẩn mật, mà vận hành trong từng người chúng ta, để thể hiện từng sát na, theo Nhân, theo Quả của từng cá nhân! cũng như của muôn loài, muôn vật trong vũ trụ.

Chư Phật, chư Tổ cũng như những vị Hành Giả đã Giác Ngộ, luôn luôn thương sót chúng sinh! các Ngài lo: Không biết đến bao giờ chúng sinh mới mở được

Con Mắt Tâm! mà thậm thâm được về: Cái **Tính Ẩn Mật, Âm Thầm** đang **vận- hành, hiện hữu của chính mình** ấy! Nó đang hành động từ thô tới tế theo Nhân, theo Quả, theo Thiện, theo Ác, mà thể hiện: vẻ đẹp/xấu của từng cá nhân, hiện qua sự sang trọng hay bần cùng! tươi đẹp hay xấu xí; có duyên hay vô duyên; nói năng uyên- bác hay ăn nói chẳng nên lời! mà cứ ấp úng ngập ngừng! Đó là nói về dáng- điệu, cử chỉ đi, đứng, nằm, ngồi là như thế! Còn về công ăn, việc làm và mọi sinh- hoạt từ thô tới tế, trong cuộc sống hàng ngày thì đương nhiên là cũng chẳng nên cơm cháo gì!

Cái **Tính Ẩn Mật, Âm Thầm, vận hành, không hề ngưng nghỉ, dù chỉ một sát na của chúng ta.**

Vô cùng quan trọng, và nguy hiểm! Nó cứ theo sát chúng

ta như hình với bóng! Nhưng nó lại rất bình đẳng, thanh tịnh, tĩnh lặng, Trí Tuệ, Từ Bi, thương yêu, tha thứ và lúc nào cũng sẵn sàng, khiến cho chúng ta **thành Phật**! hay thành Ma! là nó tự động chiều theo cái **Bản Ngã Nhân Quả Thiện/Ac** của từng cá nhân chúng ta! và của muôn loài, muôn vật trong Vũ Trụ! Vậy là trong chúng ta, nếu có ai biết sợ hãi về Sinh Tử Luân Hồi! cho nên đã chịu tu hành chân chính để được:

"**Quay Đầu Là Bờ!**"

Còn những ai không tin Nhân Quả, mà cứ ôm chặt cái Bản Ngã! thì đến **Phật** cũng phải đầu hàng.

Đặc biệt, những Hành Giả muốn "Quay Đầu là Bờ" thì luôn luôn: buông bỏ mọi Tập Khí, không còn Ngã chấp, và tin Nhân Quả, Nghiệp Báo 100%! thì dĩ nhiên sau khi mãn phần sẽ có đầy đủ Đức Hạnh, Nhan Sắc, Phúc Trí! cũng như sẽ tự động được Hóa Hiện, Hiện Hóa ở những nơi phù hợp với Nhân Quả của những vị ấy.

Ngược lại với hầu hết chúng ta còn Vô Minh, chưa Giác Ngộ, cho nên cứ bướng bỉnh, không tin Nhân Quả, không sợ Nghiệp Báo, lúc nào cũng nghĩ mình là quá tài, quá giỏi! thì đâu có cần gì phải tu! Nhất là cứ Chấp Thật, Chấp Giả! cho nên có tu gì chăng nữa, thì cũng chỉ là tu theo lối Chấp Tướng.

Chấp Tướng là Đường Lối So Đo, Tính Toán, tu Danh, tu Phận ... tu sao cho có lợi cho bản thân mình! cho gia đình mình! Vô tình đã biến mình thành kẻ lưu manh, chuộc lợi, bất hiếu, bất nghĩa, bất thủy, bất chung!

Tóm lại, là tất cả những chúng sinh trong 6 Nẻo Luân Hồi:

Trời, Người, A Tu La, Ngã quỷ, Súc Sinh, Địa Ngục

Nếu có những chúng sinh nào dù là Vô Tướng hay Hữu Tướng, dù Thiện hay Ác mà cứ bướng bỉnh, không chịu tu hành, không tin Nhân Quả, Nghiệp Báo, cứ khư khư ôm chặt, trân quí cái hình tướng hiện hữu của mình! Tập Khí cũng cứ giữ y nguyên, không chịu thay đổi, chứng nào vẫn tật đó, thì khi nào được trở lại làm người có "6 Căn!" sẽ bị ôm lại cái hình hài không thay đổi!

Như người đẹp hay xấu! thiện hay ác! Cũng như các loài súc sinh, mà cố chấp, quá yêu hình thù và tập khí của mình! thì loài nào, hình thù ra sao! Khi bị trở lại, cũng sẽ bị ôm cái hình tướng giống y như Nhân Quả hiện hữu, không gì thay đổi.

Cũng có những chúng sinh trong cuộc đời hiện hữu, tu theo cách lười biếng, trốn chạy hết mọi người! để được yên thân, muốn làm gì thì làm, không chịu tu theo bất cứ nguyên tắc nào! không theo đường lối nào! mà tự tạo cho mình một đường lối riêng để tu hành! Rồi tự nói là "không có Nhân Quả!" có biết đâu rằng Nhân Quả, Nghiệp Báo! Không ai có thể trốn chạy được! Vì vậy mà:

Dù muốn, dù không, họ đều đã bị an bài trong Nghiệp Báo Luân Hồi, Nhân Quả trong từng giây, từng phút, không thể nào trốn chạy đi đâu được! do chính cái

"Tính siêu việt, nhiệm mầu, âm thầm, ẩn mật vận hành không hề ngưng nghỉ, dù chỉ một sát na này" của chính họ! cũng là của toàn thể chúng sinh, và của cả muôn loài, muôn vật trong Vũ Trụ, đều đang bị phụ thuộc và đang bị, hay đang được điều khiển trong từng tic tắc.

www.ingramcontent.com/pod-product-compliance
Lightning Source LLC
LaVergne TN
LVHW011945060526
838201LV00061B/4209